திருக்குறள்
நாமே படிக்கலாம்

பகுதி - 1 : அறத்துப்பால்

திருக்குறள்
நாமே படிக்கலாம்

பகுதி - 1 : அறத்துப்பால்

திருக்குறளை நாமே சொந்தமாகப் படித்துப்
புரிந்துகொள்வதற்கான எளிமையான, சிறப்பான
பயிற்சியை வழங்கும் உரை நூல்

தொகுப்பு & உரை: என். சொக்கன்

ZDP
SPECIFICS

Title: Thirukkural Naame Padikkalaam (Part -1: Arathuppal)
Author's Name: N. Chokkan

Published by ZDP Specifics

ZDP Specifics
(An imprint of Zero Degree Publishing)
No.75 & 76, I Floor, Kuppusamy Street,
Balaji Nagar, Padi,
Chennai - 600050

Website: www.zerodegreepublishing.com
E Mail id: zerodegreepublishing@gmail.com
Phone: 89250 61999

ZDP Specifics First Edition : October 2025
ISBN :978-93-48439-28-4
TITLE NO ZDPS :120

Rs. 500/-

Layout: G.Selvakumar
Cover Design: Vijayan, Creative Studio
Printed at Rathna Offset, Chennai, India

பொருளடக்கம்

இயல் - 1 : பாயிரம்

இயல் - 2 : இல்லற இயல்

இயல் - 3 : துறவற இயல்

இயல் - 4 : ஊழியல்

இந்தப் புத்தகத்தை எப்படிப் படிக்கவேண்டும்?

நாமே திருக்குறள் படிக்கலாம். அதுதான் இந்த நூலின் அடிப்படை.

திருக்குறள் தமிழில் எழுதப்பட்ட நூல்தான். ஆனால், ஓர் உரை ஆசிரியரின் உதவியுடன்தான் நாம் அதைப் படிக்கமுடியும் என்று பலரும் நினைக்கிறார்கள்.

இது உண்மைதான். ஆனால், முழு உண்மை இல்லை.

திருக்குறளை யார் வேண்டுமானாலும் உரையின் துணையின்றி நேரடியாகப் படிக்கலாம். அதற்குத் தேவை, பயிற்சிதான். அந்தப் பயிற்சியை இந்த நூல் வழங்கும்.

இன்றைக்கு நாம் பேசும் தமிழ் திருக்குறள் தமிழிலிருந்து மிகவும் வேறுபட்டது. சொற்கள் மாறியுள்ளன; சொற்றொடர் அமைப்பு மாறியுள்ளது; பழக்க வழக்கங்கள் மாறியுள்ளன. அதே நேரம், நாம் திருக்குறளிலிருந்து அவ்வளவாக விலகி வந்துவிடவில்லை. தொடர்பயிற்சியின்மூலம் திருக்குறளை நாமே நேரடியாகப் படித்துப் புரிந்துகொள்ளலாம்.

திருக்குறளை நாமே படிப்பதற்கு என்ன பயிற்சி தேவை?

முதலில், மரபுக் கவிதையாக, இன்னும் துல்லியமாகச் சொல்வதென்றால், வெண்பா என்னும் வடிவத்தில் எழுதப்பட்டுள்ள குறளின் சொற்றொடர் அமைப்பு நமக்குச் சட்டென்று புரியாது. இன்றைக்கு நமக்குப் பழகியுள்ள உரைநடைச் சொற்றொடர் வடிவத்துக்கு அதைச் சற்று மாற்றிப் படித்தால் சிறு வெளிச்சம் கிடைக்கும்.

எடுத்துக்காட்டாக, இந்தப் புகழ் பெற்ற திருக்குறளை எடுத்துக்கொள்வோம்:

கற்க கசடு அற கற்பவை. கற்றபின்

நிற்க அதற்குத் தக

இந்தக் குறளில் உள்ள சொற்களைச் சற்று மாற்றிப் போட்டு இப்படிப் படித்துப் பாருங்கள்:

கற்பவை கசடு அறக் கற்க. கற்றபின் அதற்குத் தக நிற்க

மேலுள்ளது நமக்குப் பழக்கமான சொற்றொடர் வடிவம். இது ஓரளவு தெளிவைத் தருகிறது. ஆனால், முழுத் தெளிவு கிடைக்கவில்லை. இப்போது நாம் இரண்டாவது படிநிலைக்குச் செல்லலாம்.

இந்த இரண்டாவது படிநிலையில், அந்தக் குறளில் உள்ள கடினமான சொற்களுக்கான பொருளைத் தெரிந்துகொள்ளவேண்டும். எடுத்துக்காட்டாக:

- கசடு என்றால் குற்றம்
- அற என்றால் நீங்கும்படியாக
- தக என்றால் தகுந்தபடி அல்லது ஏற்றபடி
- நிற்க என்றால் பழகுங்கள் அல்லது நடந்துகொள்ளுங்கள்

இந்தச் சொற்களுக்கான பொருள்களை மேலுள்ள ‘கற்பவை கசடு அறக் கற்க. கற்றபின் அதற்குத் தக நிற்க’ என்ற வரியில் பொருத்தினால் நமக்கு என்ன கிடைக்கிறது?

கற்க வேண்டியவற்றைக் குற்றம் இல்லாமல் கற்கவேண்டும். அப்படிக் கற்றபின் அதற்கு ஏற்றபடி நடந்துகொள்ளவேண்டும்.

அவ்வளவுதான். நாம் இரண்டே படிநிலைகளில் திருக்குறளிலிருந்து நேரடியாகப் பொருளுக்கு வந்துவிட்டோம்.

இந்தப் புத்தகத்தில் குறள், உரை என்கிற வழக்கமான வடிவத்தைப் பின்பற்றாமல், 1330 குறள்களுக்கும் சொற்களைத் தெளிவாகப் பிரித்துக் காண்பிக்கிற குறள் வடிவம், அதை மாற்றிப் படிக்கிற வடிவம், அரிய சொற்களுக்கான பொருள், குறளுக்கான உரை

ஆகியவை இதே வரிசையில் வழங்கப்பட்டுள்ளன. இவற்றைத் தொடர்ந்து படித்துவந்தால், சுமார் 200 குறள்களுக்குள் வள்ளுவர் தமிழ் நமக்குப் பழக்கமாகிவிடும். அதன்பிறகு வருகிற குறள்களை இன்னும் விரைவாகப் படிக்கத் தொடங்கிவிடுவோம்.

இதைக் கேட்டால் இப்போது மலைப்பாகத்தான் இருக்கும். ஆனால், செய்து பார்த்தால் கண்டிப்பாகத் தேர்ச்சி பெறுவீர்கள், நீங்களே திருக்குறளைப் புரிந்துகொள்ளத் தொடங்குவீர்கள். அதன்பிறகும் குழப்பம் இருந்தால், கீழே உள்ள உரையைப் படிக்கலாம், இன்னும் நல்ல தெளிவு பெறலாம்.

பகுதி - 1

அறத்துப்பால்

இயல் - 1

பாயிரம்

அதிகாரம் 1 : கடவுள் வாழ்த்து

குறள் எண்: 1

குறள்:

அகர முதல எழுத்து எல்லாம். ஆதி
பகவன் முதற்றே உலகு

இந்தக் குறளை எப்படி மாற்றிப் படிக்கவேண்டும்:

அகர முதல எழுத்து எல்லாம். ஆதி பகவன் முதற்றே உலகு.

இந்தக் குறளில் உள்ள கடினமான சொற்களும் அவற்றின் பொருளும்:

அகர முதல => அகரத்தை முதன்மையாகக் கொண்டவை / அகரத்தில் தொடங்குபவை

ஆதி => தொடக்கம்

பகவன் => கடவுள்

முதற்றே => முதன்மையாகக் கொண்டது

எளிய உரை:

எழுத்துகளின் தொடக்கம், 'அ'. இந்த உலகத்தின் தொடக்கம், கடவுள்.

குறள் எண்: 2

குறள்:

கற்றதனால் ஆய பயன் என்கொல், வால் அறிவன்
நல் தாள் தொழாஅர் எனின்

இந்தக் குறளை எப்படி மாற்றிப் படிக்கவேண்டும்:

வால் அறிவன் நல் தாள் தொழாஅர் எனின், கற்றதனால் ஆய பயன் என்கொல்?

இந்தக் குறளில் உள்ள கடினமான சொற்களும் அவற்றின் பொருளும்:

ஆய => ஆகிய

என்கொல் => என்ன?

வால் => தூய

அறிவன் => அறிவை உடையவர்

நல் தாள் => நல்ல திருவடி (புனிதமான கால்)

தொழாஅர் => தொழாதவர் / வணங்காதவர்

எனின் => என்றால்

எளிய உரை:

ஒருவர் எவ்வளவு படித்திருந்தாலும் சரி, வெறும் புத்தகப் படிப்பால் என்ன பயன்? (ஏதுமில்லை.)

தூய்மையான, அறிவு வடிவமான கடவுளுடைய நல்ல திருவடிகளைத் தொழவேண்டும். இல்லாவிட்டால், வெறும் புத்தகப் படிப்பால் எந்தப் பயனும் இல்லை.

குறள் எண்: 3

குறள்:

மலர் மிசை ஏகினான் மாண் அடி சேர்ந்தார்
நிலம் மிசை நீடு வாழ்வார்

இந்தக் குறளை எப்படி மாற்றிப் படிக்கவேண்டும்:

மலர் மிசை ஏகினான் மாண் அடி சேர்ந்தார் நிலம்மிசை நீடு வாழ்வார்

இந்தக் குறளில் உள்ள கடினமான சொற்களும் அவற்றின் பொருளும்:

மிசை => மீது

ஏகினான் => சென்றவர் / சென்று அமர்ந்தவர்

மாண் => மாண்பு / சிறப்பு

அடி => கால் / திருவடி

நீடு => நீண்ட நாள்

எளிய உரை:

மலர்மீது வீற்றிருக்கும் கடவுளுடைய சிறந்த திருவடிகளைச் சேர்ந்து, பணிந்து தொழுகிற எல்லாரும் இவ்வுலகில் நீண்ட நாள் சிறப்புடன் வாழ்வார்கள்.

குறள் எண்: 4

குறள்:

வேண்டுதல், வேண்டாமை இலான் அடி சேர்ந்தார்க்கு
யாண்டும் இடும்பை இல

இந்தக் குறளை எப்படி மாற்றிப் படிக்கவேண்டும்:

வேண்டுதல், வேண்டாமை இலான் அடி சேர்ந்தார்க்கு யாண்டும் இடும்பை இல

இந்தக் குறளில் உள்ள கடினமான சொற்களும் அவற்றின் பொருளும்:

வேண்டுதல் => விரும்புதல்

வேண்டாமை => விரும்பாமல் இருத்தல்

இலான் => இல்லாதவன்

அடி => கால் / திருவடி

யாண்டும் => எப்போதும்

இடும்பை => துன்பம்

இல => இல்லை

எளிய உரை:

கடவுள் அனைவரையும் நேசிக்கிறார், இவர் எனக்குப் பிடித்தவர், இவர் எனக்குப் பிடிக்காதவர் என்றெல்லாம் அவர் வேறுபாடு பார்ப்பதில்லை.

அப்படிப்பட்ட கடவுளுடைய திருவடிகளைச் சேர்ந்து, பணிந்து தொழுகிறவர்களுக்கு எப்போதும் எந்தத் துன்பமும் வராது.

குறள் எண்: 5

குறள்:

இருள் சேர் இரு வினையும் சேரா, இறைவன்
பொருள் சேர் புகழ் புரிந்தார் மாட்டு

இந்தக் குறளை எப்படி மாற்றிப் படிக்கவேண்டும்:

இறைவன் பொருள் சேர் புகழ் புரிந்தார் மாட்டு இருள் சேர் இரு வினையும் சேரா

இந்தக் குறளில் உள்ள கடினமான சொற்களும் அவற்றின் பொருளும்:

சேர் => *சேர்கின்ற*

இரு வினையும் => நல்வினை, தீவினை என்கின்ற இரண்டு வினைகளும்

சேரா => *சேர்வதில்லை*

புரிந்தார் மாட்டு => *உணர்ந்துகொண்டவரிடம்*

எளிய உரை:

கடவுளின் உண்மையான புகழை உணர்ந்துகொண்டவர்கள் மனத்தில் தெளிவு உண்டாகும், இருள் (அறியாமை) உண்டாகாது, அறியாமையால் உண்டாகக்கூடிய நல்வினை, தீவினை என்கிற இரண்டு வினைகளும் அவர்களை நெருங்காது.

குறள் எண்: 6

குறள்:

பொறி வாயில் ஐந்து அவித்தான் பொய் தீர் ஒழுக்க
நெறி நின்றார் நீடு வாழ்வார்

இந்தக் குறளை எப்படி மாற்றிப் படிக்கவேண்டும்:

பொறி வாயில் ஐந்து அவித்தான் பொய் தீர் ஒழுக்க நெறி நின்றார் நீடு வாழ்வார்

இந்தக் குறளில் உள்ள கடினமான சொற்களும் அவற்றின் பொருளும்:

பொறி => புலன் உறுப்புகள் (வாய், கண், மூக்கு, காது, உடல்)

வாயில் => வழி

அவித்தான் => அழித்தவன் / நீக்கியவன்

தீர் => தீர்ந்த

நெறி => வழி

நீடு => நீண்ட நாள்

எளிய உரை:

வாய், கண், மூக்கு, காது, உடல் ஆகிய ஐம்புலன்களின் வழியாக ஏற்படும் ஆசைகளெல்லாம் மனிதர்களுக்குதான். கடவுளுக்கு அதுபோன்ற எந்த விருப்பங்களும் கிடையாது, அவர் அப்படிப்பட்ட விருப்பங்களை நீக்கியவர்.

அப்படிப்பட்ட கடவுளுடைய பொய்யில்லாத ஒழுக்க நெறியில் நடப்பவர்கள் நீண்ட நாள் சிறப்பாக வாழ்வார்கள்.

குறள் எண்: 7

குறள்:

தனக்கு உவமை இல்லாதான் தாள் சேர்ந்தார்க்கு அல்லால்
மனக் கவலை மாற்றல் அரிது

இந்தக் குறளை எப்படி மாற்றிப் படிக்கவேண்டும்:

தனக்கு உவமை இல்லாதான் தாள் சேர்ந்தார்க்கு அல்லால் மனக் கவலை மாற்றல் அரிது

இந்தக் குறளில் உள்ள கடினமான சொற்களும் அவற்றின் பொருளும்:

தாள் => திருவடி

அல்லால் => இல்லாவிட்டால்

மாற்றல் => மாற்றுதல்

அரிது => அரிதானது / எளிதில் கிடைக்காதது

எளிய உரை:

கடவுளுக்கு யாரையும் உவமை சொல்ல இயலாது. அவருக்கு அவர்தான் உவமை.

அப்படிப்பட்ட கடவுளுடைய திருவடிகளை வணங்குகிறவர்களுக்கு மனக் கவலைகள் ஏதும் வராது. மற்றவர்கள் (கடவுளுடைய திருவடிகளை வணங்காதவர்கள்) அப்படிக் கவலையின்றி வாழ்வது கடினம்.

குறள் எண்: 8

குறள்:

அற ஆழி அந்தணன் தாள் சேர்ந்தார்க்கு அல்லால்
பிற ஆழி நீந்தல் அரிது

இந்தக் குறளை எப்படி மாற்றிப் படிக்கவேண்டும்:

அற ஆழி அந்தணன் தாள் சேர்ந்தார்க்கு அல்லால் பிற ஆழி நீந்தல் அரிது

இந்தக் குறளில் உள்ள கடினமான சொற்களும் அவற்றின் பொருளும்:

அற ஆழி => அறமாகிய கடல்

அந்தணன் => உயர்ந்தவர்

தாள் => திருவடி

அல்லால் => இல்லாவிட்டால்

பிற ஆழி => மற்ற கடல்கள்

நீந்தல் => நீந்துதல்

அரிது => அரிதானது / எளிதில் கிடைக்காதது

எளிய உரை:

கடவுள் நல்ல அறத்தின் கடலாக விளங்குகிறார், மிகவும் உயர்ந்தவராகத் திகழ்கிறார்.

அப்படிப்பட்ட கடவுளுடைய திருவடிகளை வணங்குகிறவர்கள் பிற கடல்களை (துன்பங்களை) எளிதில் கடந்துவிடுவார்கள். மற்றவர்கள் (கடவுளுடைய திருவடிகளை வணங்காதவர்கள்) அப்படித் துன்பம் இன்றி வாழ்வது கடினம்.

குறள் எண்: 9

குறள்:

கோள் இல் பொறியின் குணம் இலவே, எண்குணத்தான்
தாளை வணங்காத் தலை

இந்தக் குறளை எப்படி மாற்றிப் படிக்கவேண்டும்:

எண்குணத்தான் தாளை வணங்காத் தலை, கோள் இல் பொறியின் குணம் இலவே

இந்தக் குறளில் உள்ள கடினமான சொற்களும் அவற்றின் பொருளும்:

கோள் இல் => கொள்ளுதல் இல்லாத / குறிக்கோள் இல்லாத

பொறியின் => புலன் உறுப்புகளைப்போல (வாய், கண், மூக்கு, காது, உடல்)

இலவே => இல்லையே

எண்குணத்தான் => எண்ணப்படுகின்ற நற்குணங்களை உடையவர்

தாள் => திருவடி

வணங்கா => வணங்காத

எளிய உரை:

எல்லாரும் எண்ணி வியக்கக்கூடிய நற்குணங்கள் நிறைந்தவர் கடவுள். அவருடைய திருவடிகளை வணங்குவதற்குதான் நம்முடைய தலை உள்ளது.

பார்க்காத கண், கேட்காத செவி போன்றவற்றால் எந்தப் பயனும் இல்லை, அதுபோல, கடவுளை வணங்காத தலையாலும் எந்தப் பயனும் இல்லை.

குறள் எண்: 10

குறள்:

பிறவிப் பெருங் கடல் நீந்துவர், நீந்தார்
இறைவன் அடி சேராதார்

இந்தக் குறளை எப்படி மாற்றிப் படிக்கவேண்டும்:

பிறவிப் பெருங் கடல் நீந்துவர், இறைவன் அடி சேராதார் (பிறவிப் பெருங் கடல்) நீந்தார்

இந்தக் குறளில் உள்ள கடினமான சொற்களும் அவற்றின் பொருளும்:

நீந்துவர் => நீந்துவார்கள்

நீந்தார் => நீந்தமாட்டார்கள்

அடி => திருவடி

சேராதார் => சேராதவர்கள்

எளிய உரை:

பிறவி என்பது ஒரு பெரிய கடல். இறைவன் திருவடிகளை வணங்குபவர்கள் இறைவனுடைய திருவருளால் அந்தப் பெரிய கடலை எளிதில் நீந்துவார்கள். மற்றவர்கள் (இறைவன் திருவடிகளை வணங்காதவர்கள்) அந்தப் பெருங் கடலை நீந்த இயலாமல் துன்பப்படுவார்கள்.

அதிகாரம் 2: வான் சிறப்பு (மழையின் சிறப்பு)

குறள் எண்: 11

குறள்:

வான் நின்று உலகம் வழங்கிவருதலால்,
தான் அமிழ்தம் என்று உணரற்பாற்று

இந்தக் குறளை எப்படி மாற்றிப் படிக்கவேண்டும்:

வான் நின்று உலகம் வழங்கிவருதலால், தான் அமிழ்தம் என்று உணரற்பாற்று

இந்தக் குறளில் உள்ள கடினமான சொற்களும் அவற்றின் பொருளும்:

வான் => *இங்கு மழையைக் குறிக்கிறது*

நின்று –> *நிலைத்து நின்று*

வழங்கிவருதல் => *நிலைபெற்று வாழுதல்*

அமிழ்தம் => *அமுதம்*

உணரற்பாற்று => *உணரும் தன்மையை உடையது*

எளிய உரை:

தொடர்ந்து மழை பெய்வதால்தான் இந்த உலகம் செழிக்கிறது, சிறப்பாக வாழ்கிறது. அதனால், மழையை அமுதம் என்று எண்ணுவது பொருத்தமாக இருக்கும்.

குறள் எண்: 12

குறள்:

துப்பார்க்குத் துப்பு ஆய துப்பு ஆக்கித் துப்பார்க்குத்
துப்பு ஆயதூஉம் மழை

இந்தக் குறளை எப்படி மாற்றிப் படிக்கவேண்டும்:

துப்பார்க்குத் துப்பு ஆய துப்பு ஆக்கித் துப்பார்க்குத் துப்பு ஆயதூஉம் மழை

இந்தக் குறளில் உள்ள கடினமான சொற்களும் அவற்றின் பொருளும்:

துப்பார்க்கு	=>	உண்பவர்களுக்கு
துப்பு	=>	வலிமை
ஆய	=>	ஆகிய
துப்பு	=>	இங்கு 'உணவு' என்று பொருள்
ஆக்கி	=>	ஆகும்படி செய்து
துப்பார்க்கு	=>	இங்கு 'குடிப்பவர்களுக்கு' என்று பொருள்
துப்பு	=>	இங்கு 'நீர்' என்று பொருள்
ஆயதூஉம்	=>	ஆவதுவும்

எளிய உரை:

உண்ணுபவர்களுக்கு வலிமையைக் கொடுப்பது உணவு. அந்த உணவைச் சமைக்க உதவுவது, மழை தருகிற நீர்தான்.

அதுமட்டுமா? அந்த நீரை நாம் நேரடியாகவும் குடிக்கலாம்.

ஆக, நீர் உணவைச் சமைக்கவும் உதவுகிறது, அதுவே உணவாகவும் ஆகிறது.

குறள் எண்: 13

குறள்:

விண் இன்று பொய்ப்பின், விரி நீர் வியன் உலகத்து
உள் நின்று உடற்றும் பசி

இந்தக் குறளை எப்படி மாற்றிப் படிக்கவேண்டும்:

விண் இன்று பொய்ப்பின், பசி விரி நீர் வியன் உலகத்து உள் நின்று உடற்றும்

இந்தக் குறளில் உள்ள கடினமான சொற்களும் அவற்றின் பொருளும்:

விண்	=>	இங்கு விண்ணிலிருந்து பெய்யும் மழையைக் குறிக்கிறது
பொய்ப்பின்	=>	பொய்யாகிவிட்டால் / முறைப்படி நடக்காவிட்டால்
விரி நீர்	=>	பரந்து விரிந்த நீர் / கடல்
வியன்	=>	பரந்து விரிந்த
உலகத்து	=>	உலகத்தில்
உடற்றும்	=>	வருத்தப்படுத்தும்

எளிய உரை:

ஒருவேளை, மழை முறையாகப் பெய்யாவிட்டால், கடலால் சூழப்பட்ட, பரந்து விரிந்த இந்த உலகத்தில் பசி பரவிவிடும். எல்லா உயிர்களும் மிகவும் வருந்துவார்கள். (மழை முறையாகப் பெய்வதால்தான் இவ்வுலகம் நிலைத்துச் செழிக்கிறது.)

குறள் எண்: 14

குறள்:

ஏரின் உழாஅர் உழவர், புயல் என்னும்
வாரி வளம் குன்றிக்கால்

இந்தக் குறளை எப்படி மாற்றிப் படிக்கவேண்டும்:

புயல் என்னும் வாரி வளம் குன்றிக்கால், உழவர் ஏரின் உழாஅர்

இந்தக் குறளில் உள்ள கடினமான சொற்களும் அவற்றின் பொருளும்:

ஏரின் => ஏரைக் கொண்டு

உழாஅர் => உழ மாட்டார்கள்

புயல் => இங்கு மழை என்று பொருள்

வாரி => வருவாய்

குன்றிக்கால் => குறைந்துவிட்டால்

எளிய உரை:

மழைதான் இவ்வுலகத்துக்கு வருவாயை அளித்து வளப்படுத்துகிறது. ஒருவேளை அந்த மழை வளம் குறைந்துவிட்டால், உழவர்களால் ஏர் பிடித்து உழ இயலாது. (மழைதான் விவசாயத்துக்கு அடிப்படை.)

குறள் எண்: 15

குறள்:

கெடுப்பதூஉம், கெட்டார்க்குச் சார்வாய் மற்று ஆங்கே
எடுப்பதூஉம், எல்லாம் மழை

இந்தக் குறளை எப்படி மாற்றிப் படிக்கவேண்டும்:

கெடுப்பதூஉம் மழை. மற்று ஆங்கே கெட்டார்க்குச் சார்வாய் எடுப்பதூஉம் (மழை). எல்லாம் (மழை).

இந்தக் குறளில் உள்ள கடினமான சொற்களும் அவற்றின் பொருளும்:

கெடுப்பதூஉம்	=>	கெடுப்பதும்
கெட்டார்க்கு	=>	கெட்டுப்போனவர்களுக்கு / வாடியவர்களுக்கு
சார்வாய்	=>	துணையாக
மற்று	=>	பின்னர்
ஆங்கே	=>	அங்கே
எடுப்பதூஉம்	=>	தூக்கிவிடுவதும்

எளிய உரை:

மழை பெய்யாவிட்டால் உலகில் வறட்சி ஏற்படும், வளம் கெடும்.

அவ்வாறு வளம் கெட்டு வருந்துகிற ஓர் ஊரில் மழை பெய்தால், மீண்டும் அந்த ஊர் செழிக்கும்.

ஆக, பெய்யாமல் கெடுப்பதும் மழைதான், அவ்வாறு கெட்டவர்களுக்குத் துணையாக நின்று அவர்களை வளர்ப்பதும் மழைதான், எல்லாம் மழைதான்.

குறள் எண்: 16

குறள்:

விசும்பின் துளி வீழின் அல்லால் மற்று ஆங்கே
பசும்புல் தலை காண்பு அரிது

இந்தக் குறளை எப்படி மாற்றிப் படிக்கவேண்டும்:

விசும்பின் துளி வீழின் அல்லால் மற்று ஆங்கே பசும்புல் தலை காண்பு அரிது

இந்தக் குறளில் உள்ள கடினமான சொற்களும் அவற்றின் பொருளும்:

விசும்பு => வானம்

வீழின் அல்லால் => விழாவிட்டால்

மற்று => பின்னர்

ஆங்கே => அங்கே

காண்பு => காணுதல்

அரிது => அரியதாகிவிடும்

எளிய உரை:

வானத்திலிருந்து மழைத்துளி விழுந்தால்தான் பயிர்கள் செழிக்கும். அப்படி விழாவிட்டால், சிறிய பசும்புல்கூட முளைக்காது.

குறள் எண்: 17

குறள்:

நெடும் கடலும் தன் நீர்மை குன்றும், தடிந்து எழிலி
தான் நல்காது ஆகிவிடின்

இந்தக் குறளை எப்படி மாற்றிப் படிக்கவேண்டும்:

எழிலி தான் தடிந்து நல்காது ஆகிவிடின், நெடும் கடலும் தன் நீர்மை குன்றும்

இந்தக் குறளில் உள்ள கடினமான சொற்களும் அவற்றின் பொருளும்:

நீர்மை	=> தன்மை
குன்றும்	=> குறையும்
தடிந்து	=> பெருகி / நிறைந்து
எழிலி	=> மேகம்
நல்காது ஆகிவிடின்	=> நீரைத் தராவிட்டால் / மழை பெய்யாவிட்டால்

எளிய உரை:

மேகம் நன்றாக நிறைந்து மழையைப் பொழியாவிட்டால் பெரிய கடல்கூட வற்றிவிடும்.

குறள் எண்: 18

குறள்:

சிறப்பொடு பூசனை செல்லாது, வானம்
வறக்குமேல் வானோர்க்கும் ஈண்டு

இந்தக் குறளை எப்படி மாற்றிப் படிக்கவேண்டும்:

வானம் வறக்குமேல் ஈண்டு வானோர்க்கும் சிறப்பொடு பூசனை செல்லாது

இந்தக் குறளில் உள்ள கடினமான சொற்களும் அவற்றின் பொருளும்:

சிறப்பொடு => சிறப்புடன்

பூசனை => பூஜை / வழிபாடு

செல்லாது => நடைபெறாது

வறக்குமேல் => வறண்டுவிட்டால்

வானோர்க்கும் => தேவர்களுக்கும்

ஈண்டு => இங்கு

எளிய உரை:

வானம் வறண்டுவிட்டால் (மழை பெய்யாவிட்டால்) தேவர்களுக்கும் விழாக்கள், பூஜைகள் நடக்காது. (மழை பெய்யாவிட்டால் உலகில் எல்லாம் மாறிவிடும்.)

குறள் எண்: 19

குறள்:

தானம், தவம் இரண்டும் தங்கா வியன் உலகம்

வானம் வழங்காது எனின்

இந்தக் குறளை எப்படி மாற்றிப் படிக்கவேண்டும்:

வானம் வழங்காது எனின் வியன் உலகம் தானம், தவம் இரண்டும் தங்கா

இந்தக் குறளில் உள்ள கடினமான சொற்களும் அவற்றின் பொருளும்:

தங்கா => தங்குவதில்லை / நிலைப்பதில்லை

வியன் => பரந்து விரிந்த

வழங்காது எனின் => வழங்காவிட்டால்

எளிய உரை:

வானத்திலிருந்து மழை முறையாகப் பெய்யாவிட்டால், பரந்து விரிந்த இந்த உலகத்தில் தானமும் இருக்காது, தவமும் இருக்காது. (மழை பெய்யாவிட்டால் உலகில் எல்லாம் மாறிவிடும்.)

குறள் எண்: 20

குறள்:

நீர் இன்று அமையாது உலகு எனின், யார் யார்க்கும்
வான் இன்று அமையாது ஒழுக்கு

இந்தக் குறளை எப்படி மாற்றிப் படிக்கவேண்டும்:

நீர் இன்று உலகு அமையாது எனின், வான் இன்று யார் யார்க்கும் ஒழுக்கு அமையாது

இந்தக் குறளில் உள்ள கடினமான சொற்களும் அவற்றின் பொருளும்:

இன்று	=> இன்றி / இல்லாமல்
அமையாது	=> நிலைக்காது / நடக்காது
எனின்	=> என்றால்
யார் யார்க்கும்	=> எவருக்கும்
ஒழுக்கு	=> ஒழுக்கம்

எளிய உரை:

நீர் இல்லாவிட்டால் உலக வாழ்க்கை இல்லை என்பார்கள். அந்த நீரைத் தருகிற மழை இல்லாவிட்டால் உலகில் யாரிடமும் ஒழுக்கம் இருக்காது.

அதிகாரம் 3: நீத்தார் பெருமை
[ஆசைகளைத் துறந்தவர்களுடைய பெருமை]

குறள் எண்: 21

குறள்:

ஒழுக்கத்து நீத்தார் பெருமை விழுப்பத்து
வேண்டும் பனுவல் துணிவு

இந்தக் குறளை எப்படி மாற்றிப் படிக்கவேண்டும்:

ஒழுக்கத்து நீத்தார் பெருமை விழுப்பத்து வேண்டும் பனுவல் துணிவு

இந்தக் குறளில் உள்ள கடினமான சொற்களும் அவற்றின் பொருளும்:

ஒழுக்கத்து => ஒழுக்கத்துக்காக

நீத்தார் => ஆசைகளைத் துறந்தவர்கள்

விழுப்பத்து => சிறப்புக்காக

வேண்டும் => விரும்பும்

பனுவல் => நூல்

துணிவு => முடிவு / நிறைவான பொருள்

எளிய உரை:

ஒழுக்கமானவர்கள், அதற்காகத் தங்கள் ஆசைகளைத் துறந்தவர்கள் மிகவும் உயர்ந்தவர்கள். எல்லா நூல்களும் அவர்களுடைய பெருமையைத்தான் சிறப்பாக விளக்கிச் சொல்கின்றன.

குறள் எண்: 22

குறள்:

துறந்தார் பெருமை துணை கூறின், வையத்து
இறந்தாரை எண்ணிக் கொண்டு அற்று

இந்தக் குறளை எப்படி மாற்றிப் படிக்கவேண்டும்:

துறந்தார் பெருமை துணை கூறின், வையத்து இறந்தாரை எண்ணிக் கொண்டு அற்று

இந்தக் குறளில் உள்ள கடினமான சொற்களும் அவற்றின் பொருளும்:

துறந்தார் => ஆசைகளைத் துறந்தவர்கள்

துணை => இங்கு 'அளவு' என்று பொருள்

கூறின் => சொன்னால்

வையத்து => உலகத்தில்

எண்ணிக் கொண்டு அற்று => எண்ணுவதைப் போன்றது

எளிய உரை:

இந்த உலகத்தில் இதுவரை வாழ்ந்து, மறைந்த மக்களுடைய எண்ணிக்கை எவ்வளவு என்று யாருக்கும் தெரியாது. அதுபோல, ஆசைகளைத் துறந்த பெரியவர்களுடைய பெருமையையும் யாராலும் அளவிடமுடியாது!

குறள் எண்: 23

குறள்:

இருமை வகை தெரிந்து ஈண்டு அறம் பூண்டார்
பெருமை பிறங்கிற்று உலகு

இந்தக் குறளை எப்படி மாற்றிப் படிக்கவேண்டும்:

இருமை வகை தெரிந்து ஈண்டு அறம் பூண்டார் பெருமை உலகு பிறங்கிற்று

இந்தக் குறளில் உள்ள கடினமான சொற்களும் அவற்றின் பொருளும்:

இருமை => *இரண்டாகும் தன்மை*

ஈண்டு => *இங்கு*

பூண்டார் => *ஏற்றுக்கொண்டார்*

பிறங்கிற்று => *நன்கு விளங்குகிறது*

எளிய உரை:

நன்மை, தீமை, இன்பம், துன்பம் என்பதுபோல் இவ்வுலகில் அனைத்தும் இரண்டிரண்டாக விளங்குகின்றன. அதை உணர்ந்தவர்கள் ஆசைகளைத் துறந்து அறச் செயல்களில் ஈடுபடுவார்கள். அப்படிப்பட்டவர்களுடைய பெருமை இந்த உலகத்தில் நன்றாக விளங்கித் தோன்றும்.

குறள் எண்: 24

குறள்:

உரன் என்னும் தோட்டியான் ஓர் ஐந்தும் காப்பான்
வரன் என்னும் வைப்பிற்கு ஓர் வித்து

இந்தக் குறளை எப்படி மாற்றிப் படிக்கவேண்டும்:

ஓர் ஐந்தும் உரன் என்னும் தோட்டியான் காப்பான் வரன் என்னும் வைப்பிற்கு ஓர் வித்து

இந்தக் குறளில் உள்ள கடினமான சொற்களும் அவற்றின் பொருளும்:

உரன்	=>	*மன உறுதி*
தோட்டியான்	=>	*கருவியைக் கொண்டு*
ஐந்து	=>	*ஐந்து புலன்கள் (கண், காது, மூக்கு, நாக்கு, உடல்)*
காப்பான்	=>	*காப்பவன்*
வரன்	=>	*மிகச் சிறந்தது*
வைப்பு	=>	*செல்வம்*
வித்து	=>	*விதை*

எளிய உரை:

கண், காது, மூக்கு, நாக்கு, உடல் ஆகிய ஐந்து புலன்களும் நம்மை வெவ்வேறு திசைகளில் இழுத்துச்செல்லக்கூடியவை. மன உறுதி என்ற கருவியைக் கொண்டு நாம் அவற்றை அடக்கி ஆளவேண்டும். அவ்வாறு தங்கள் மனத்தைக் கட்டுப்படுத்தப் பழகியவர்கள் இந்த உலகுக்கு விதையாவார்கள். (ஐம்புலன்களைக் கட்டுப்படுத்தினால் சிறந்த செயல்களைச் செய்யலாம்.)

குறள் எண்: 25

குறள்:

> **ஐந்து அவித்தான் ஆற்றல், அகல் விசும்பு உளார் கோமான்**
> **இந்திரனே சாலும் கரி**

இந்தக் குறளை எப்படி மாற்றிப் படிக்கவேண்டும்:

> **ஐந்து அவித்தான் ஆற்றல், அகல் விசும்பு உளார் கோமான் இந்திரனே சாலும் கரி**

இந்தக் குறளில் உள்ள கடினமான சொற்களும் அவற்றின் பொருளும்:

ஐந்து => ஐந்து புலன்கள் (கண், காது, மூக்கு, நாக்கு, உடல்)

அவித்தான் => அடக்கியவர் / கட்டுப்படுத்தியவர்

அகல் விசும்பு உளார் => அகன்ற வானத்தில் வாழ்கிறவர்கள்/ தேவர்கள்

கோமான் => தலைவன் (தேவர்களின் தலைவனான இந்திரனைக் குறிக்கிறது)

சாலும் => அமைகின்ற

கரி => சான்று

எளிய உரை:

> *ஐம்புலன்களைக் கட்டுப்படுத்துகிறவர்களுடைய ஆற்றல் மிகப் பெரியது. அதற்குச் சிறந்த சான்று, அகன்ற வானத்தில் உள்ள தேவர்களுடைய தலைவனான இந்திரன்தான். (ஐம்புலன்களைக் கட்டுப்படுத்தினால் இந்திரனைப்போல் பெருமையுடன் வாழலாம்.)*

குறள் எண்: 26

குறள்:

செயற்கு அரிய செய்வார் பெரியர். சிறியர்
செயற்கு அரிய செய்கலாதார்

இந்தக் குறளை எப்படி மாற்றிப் படிக்கவேண்டும்:

செயற்கு அரிய செய்வார் பெரியர். செயற்கு அரிய செய்கலாதார் சிறியர்.

இந்தக் குறளில் உள்ள கடினமான சொற்களும் அவற்றின் பொருளும்:

செயற்கு => செய்வதற்கு

அரிய => அரியவை / கடினமானவை

பெரியர் => பெரியோர்கள்

சிறியர் => சிறியோர்கள்

செய்கலாதார் => செய்ய இயலாதவர்

எளிய உரை:

செய்வதற்கு அரிய, கடினமான செயல்களைச் செய்து சாதிக்கிறவர்கள்தான் பெரியவர்கள். அப்படிப்பட்ட கடினமான செயல்களைச் செய்யமுடியாதவர்கள் சிறியவர்கள்.

குறள் எண்: 27

குறள்:

சுவை, ஒளி, ஊறு, ஓசை, நாற்றம் என்று ஐந்தின்
வகை தெரிவான்கட்டே உலகு

இந்தக் குறளை எப்படி மாற்றிப் படிக்கவேண்டும்:

சுவை, ஒளி, ஊறு, ஓசை, நாற்றம் என்று ஐந்தின் வகை தெரிவான்கட்டே உலகு

இந்தக் குறளில் உள்ள கடினமான சொற்களும் அவற்றின் பொருளும்:

ஊறு => *தொடுதல் உணர்ச்சி*

நாற்றம் => *மணம்*

ஐந்தின் => *ஐம்புலன்களின்*

வகை => *தன்மை*

தெரிவான்கட்டே => *தெளிவாக அறிபவனிடம்*

எளிய உரை:

நாக்கு, கண், உடல், காது, மூக்கு ஆகிய ஐம்புலன்களும் சுவைத்தல், பார்த்தல், தொடுதலை உணர்தல், கேட்டல், முகர்தல் ஆகிய வேலைகளைச் செய்கின்றன. ஐம்புலன்களின் இந்தச் செயல்களைப்பற்றி நன்கு தெளிவாக அறிந்தவன் (அவற்றைக் கட்டுப்படுத்தக்கூடியவன்) இந்த உலகை வெல்வான்.

குறள் எண்: 28

குறள்:

நிறைமொழி மாந்தர் பெருமை நிலத்து
மறைமொழி காட்டிவிடும்

இந்தக் குறளை எப்படி மாற்றிப் படிக்கவேண்டும்:

நிறைமொழி மாந்தர் பெருமை நிலத்து மறைமொழி காட்டிவிடும்

இந்தக் குறளில் உள்ள கடினமான சொற்களும் அவற்றின் பொருளும்:

நிறைமொழி => பயன் நிறைந்த சொற்கள்

மாந்தர் => மனிதர்கள்

நிலத்து => உலகில்

மறைமொழி => சிறந்த நூல்களைக் குறிக்கிறது

எளிய உரை:

பயன் நிறைந்த சொற்களைப் பேசுகிற அறிவுள்ளவர்களின் பெருமையைத் தெரிந்துகொள்ளவேண்டுமா? அவர்கள் எழுதிய சிறந்த நூல்களைப் படியுங்கள். அந்த நூல்கள் இந்த உலகில் என்றென்றும் நிலைத்து நிற்பதைக் கண்டு நாம் அவர்களுடைய பெருமையை உணர்ந்துகொள்ளலாம்.

குறள் எண்: 29

குறள்:

குணம் என்னும் குன்று ஏறி நின்றார் வெகுளி
கணமேயும் காத்தல் அரிது

இந்தக் குறளை எப்படி மாற்றிப் படிக்கவேண்டும்:

குணம் என்னும் குன்று ஏறி நின்றார் கணமேயும் வெகுளி காத்தல் அரிது

இந்தக் குறளில் உள்ள கடினமான சொற்களும் அவற்றின் பொருளும்:

வெகுளி => சினம்

கணமேயும் => சிறிது நேரமேனும்

காத்தல் => வைத்திருத்தல்

அரிது => அரியதாகும் / பொதுவாக அவ்வாறு நடக்காது

எளிய உரை:

நல்ல குணங்கள் என்னும் குன்றின்மீது ஏறி நிற்கிற பெரியவர்கள் சில நேரங்களில் சினம் கொள்ளக்கூடும். ஆனால், அந்தச் சினம் ஒரு கணம்கூட அவர்களிடம் தங்காது. (பெரியோர்களுடைய சினம் விரைவில் நீங்கிவிடும்.)

குறள் எண்: 30

குறள்:

அந்தணர் என்போர் அறவோர், மற்று எவ் உயிர்க்கும்
செந்தண்மை பூண்டு ஒழுகலான்

இந்தக் குறளை எப்படி மாற்றிப் படிக்கவேண்டும்:

மற்று எவ் உயிர்க்கும் செந்தண்மை பூண்டு ஒழுகலான் அந்தணர் என்போர் அறவோர்

இந்தக் குறளில் உள்ள கடினமான சொற்களும் அவற்றின் பொருளும்:

அந்தணர் => உயர்ந்தவர்கள்

என்போர் => எனப்படுகிறவர்கள்

அறவோர் => அறத்தின் வழி நடக்கிறவர்கள்

மற்று => மற்ற

எவ் உயிர்க்கும் => எந்த உயிருக்கும்

செந்தண்மை => சிறந்த குளிர்ச்சி / அன்பைப் பொழிதல்

பூண்டு ஒழுகலான் => கொண்டு நடப்பதால்

எளிய உரை:

அறத்தின் வழியில் நடக்கிறவர்கள் எல்லா உயிர்களின்மீதும் அன்பைப் பொழிவார்கள். அதனால், அவர்கள்தான் இவ்வுலகில் மிகவும் உயர்ந்தவர்கள்.

அதிகாரம் 4: அறன் வலியுறுத்தல் (அறத்தை வலியுறுத்துதல்)

குறள் எண்: 31

குறள்:

சிறப்பு ஈனும், செல்வமும் ஈனும் அறத்தின் ஊஉங்கு
ஆக்கம் எவனோ உயிர்க்கு

இந்தக் குறளை எப்படி மாற்றிப் படிக்கவேண்டும்:

சிறப்பு ஈனும், செல்வமும் ஈனும் அறத்தின் ஊஉங்கு உயிர்க்கு ஆக்கம் எவனோ?

இந்தக் குறளில் உள்ள கடினமான சொற்களும் அவற்றின் பொருளும்:

ஈனும் => வழங்கும்

அறத்தின் ஊஉங்கு => அறத்தின் ஊங்கு => அறத்தைவிட மேலான

ஆக்கம் => நன்மை

எவனோ => எதுவோ

எளிய உரை:

சிறப்பையும் செல்வத்தையும் வழங்குகிற அறத்தைவிடச் சிறந்த நன்மை ஒன்று உயிர்களுக்கு உண்டா? (இல்லை. அறம்தான் அனைத்தையும்விட மேலானது.)

குறள் எண்: 32

குறள்:

அறத்தின் ஊஉங்கு ஆக்கமும் இல்லை. அதனை
மறத்தலின் ஊங்கு இல்லை கேடு

இந்தக் குறளை எப்படி மாற்றிப் படிக்கவேண்டும்:

அறத்தின் ஊஉங்கு ஆக்கமும் இல்லை. அதனை மறத்தலின் ஊங்கு கேடு இல்லை

இந்தக் குறளில் உள்ள கடினமான சொற்களும் அவற்றின் பொருளும்:

அறத்தின் ஊஉங்கு => அறத்தின் ஊங்கு => அறத்தைவிட மேலான

ஆக்கம் => நன்மை

மறத்தலின் ஊங்கு => மறப்பதைவிட மேலான

எளிய உரை:

அறத்தைவிட மேலான நன்மையும் இல்லை, அறத்தை மறந்து வேறு வழிகளில் செல்வதைவிட மேலான தீமையும் இல்லை.

குறள் எண்: 33

குறள்:

ஒல்லும் வகையான் அற வினை ஓவாதே
செல்லும்வாய் எல்லாம் செயல்

இந்தக் குறளை எப்படி மாற்றிப் படிக்கவேண்டும்:

செல்லும்வாய் எல்லாம் ஒல்லும் வகையான் அற வினை ஓவாதே செயல்

இந்தக் குறளில் உள்ள கடினமான சொற்களும் அவற்றின் பொருளும்:

ஒல்லும் வகையான் => இயன்ற வகையில்

அற வினை => அரச் செயல்கள்

ஓவாதே => ஓய்வின்றி / விடாமல்

செல்லும்வாய் => செல்லும் இடம்

செயல் => செய்யவேண்டும்

எளிய உரை:

நாம் எங்கெங்கு செல்கிறோமோ அங்கெல்லாம் நம்மால் இயன்ற நல்ல அறச் செயல்களை விடாமல் தொடர்ந்து செய்யவேண்டும்.

குறள் எண்: 34

குறள்:

மனத்துக்கண் மாசு இலன் ஆதல் அனைத்து அறன்,
ஆகுல நீர பிற

இந்தக் குறளை எப்படி மாற்றிப் படிக்கவேண்டும்:

மனத்துக்கண் மாசு இலன் ஆதல் அனைத்து அறன். பிற, ஆகுல நீர.

இந்தக் குறளில் உள்ள கடினமான சொற்களும் அவற்றின் பொருளும்:

மனத்துக்கண் => மனத்தில்

மாசு => குற்றம்

இலன் => இல்லாதவன்

ஆதல் => ஆகுதல் / அவ்வாறு இருத்தல்

அனைத்து => எல்லா

அறன் => அறம்

ஆகுல => ஆரவாரம் / வெற்றுப் பகட்டு

நீர => தன்மை உடையவை

எளிய உரை:

மனத்தில் மாசு இல்லாமல் தூய்மையாக இருப்பதுதான் உண்மையான அறம். மற்ற அனைத்தும் வெறும் கூச்சல்தான்.

குறள் எண்: 35

குறள்:

> அழுக்காறு, அவா, வெகுளி, இன்னாச் சொல் நான்கும்
> இழுக்கா இயன்றது அறம்

இந்தக் குறளை எப்படி மாற்றிப் படிக்கவேண்டும்:

> அழுக்காறு, அவா, வெகுளி, இன்னாச் சொல் நான்கும் இழுக்கா இயன்றது அறம்

இந்தக் குறளில் உள்ள கடினமான சொற்களும் அவற்றின் பொருளும்:

அழுக்காறு => பொறாமை

அவா => ஆசை / பேராசை

வெகுளி => சினம்

இன்னாச் சொல் => தீய சொல்

இழுக்கா இயன்றது => விலக்கி நடப்பது

எளிய உரை:

பிறர்மீது பொறாமைப்படுவது, பிறருடைய பொருள்மீது ஆசைப்படுவது, பிறர்மீது சினம் கொள்வது, தீய சொற்களைப் பேசுவது... இந்த நான்கையும் விட்டுவிட்டால் அதுதான் அறம்.

குறள் எண்: 36

குறள்:

அன்று அறிவாம் என்னாது அறம் செய்க. மற்று அது
பொன்றுங்கால் பொன்றாத் துணை

இந்தக் குறளை எப்படி மாற்றிப் படிக்கவேண்டும்:

அன்று அறிவாம் என்னாது அறம் செய்க. மற்று அது பொன்றுங்கால் பொன்றாத் துணை

இந்தக் குறளில் உள்ள கடினமான சொற்களும் அவற்றின் பொருளும்:

அன்று அறிவாம்	*=> அன்றைக்கு (பின்னர் ஒரு நாள்) அறிந்து செய்யலாம்*
என்னாது	*=> என்று சொல்லாமல்*
மற்று	*=> பின்னர்*
பொன்றுங்கால்	*=> அழியும்போது*
பொன்றாத் துணை	*=> அழியாத துணை*

எளிய உரை:

இளம் வயதிலேயே அறச் செயல்களைச் செய்யத் தொடங்கிவிடுங்கள். 'பின்னர் (வயதானபிறகு) பார்த்துக்கொள்ளலாம்' என்று அதைத் தள்ளிப்போடாதீர்கள்.

ஏனெனில், உங்களுக்கு அழிவு வரக்கூடிய நேரத்தில் அழியாமல் உங்களுக்குத் துணை நின்று உதவக்கூடியது, இந்த அறம்தான். (ஒருவர் செய்கிற அறம் என்றென்றும் அவரைக் காக்கும்.)

குறள் எண்: 37

குறள்:

> அறத்து ஆறு இது என வேண்டா. சிவிகை
> பொறுத்தானோடு ஊர்ந்தான் இடை

இந்தக் குறளை எப்படி மாற்றிப் படிக்கவேண்டும்:

> அறத்து ஆறு இது என வேண்டா. சிவிகை பொறுத்தானோடு (சிவிகை) ஊர்ந்தான் இடை

இந்தக் குறளில் உள்ள கடினமான சொற்களும் அவற்றின் பொருளும்:

அறத்து	=> அறத்தின்
ஆறு	=> வழி
வேண்டா	=> வேண்டியதில்லை / தேவையில்லை
சிவிகை	=> பல்லக்கு
பொறுத்தான்	=> தூக்குபவன்
ஊர்ந்தான்	=> ஊர்பவன் / பல்லக்கில் அமர்ந்திருப்பவன்
இடை	=> இடையில் உள்ள வேறுபாடு

எளிய உரை:

அறத்தின் வழியும் அதனால் கிடைக்கும் பலனும் இதுதான் என்று யாரும் உங்களுக்கு விளக்கிச் சொல்லவேண்டியதில்லை. சிலர் பல்லக்கைத் தூக்குகிறார்கள். வேறு சிலர் அதில் அமர்ந்து செல்கிறார்கள். இந்தக் காட்சியைப் பார்த்தால் போதும், உங்களுக்கு உண்மை விளங்கிவிடும். (அறச் செயல்களைச் செய்தல் பல்லக்கில் பயணம் செய்வதுபோல் எளிதானது, இதமானது. அவ்வாறு செய்யாமல் இருத்தல் பல்லக்கைத் தூக்கிச் செல்வதுபோல் கடினமானது.)

குறள் எண்: 38

குறள்:

வீழ் நாள் படாஅமை நன்று ஆற்றின் அஃது ஒருவன்
வாழ் நாள் வழி அடைக்கும் கல்

இந்தக் குறளை எப்படி மாற்றிப் படிக்கவேண்டும்:

ஒருவன் வீழ் நாள் படாஅமை நன்று ஆற்றின், அஃது வாழ் நாள் வழி அடைக்கும் கல்

இந்தக் குறளில் உள்ள கடினமான சொற்களும் அவற்றின் பொருளும்:

வீழ் நாள் => *வீணாகும் நாள்*

படாஅமை => *உண்டாகாமல் இருக்கும் தன்மை*

ஆற்றின் => *செய்தால்*

அஃது => *அது*

வாழ் நாள் வழி => *வாழ்க்கையை உண்டாக்கும் வழி (பிறப்பு, இறப்பு)*

எளிய உரை:

நல்ல செயல்களைச் செய்யாத நாட்களெல்லாம் வீணான நாட்கள்தான்.

அதனால், நாம் நம்முடைய நாட்கள் எவற்றையும் வீணாக்காமல் நிறைய நன்மைகளைச் செய்யவேண்டும். அப்படித் தொடர்ந்து செய்துகொண்டிருந்தால், நாம் பிறப்பு, இறப்பு என்கின்ற துன்பச் சுழலிலிருந்து விடுபடுவோம்.

குறள் எண்: 39

குறள்:

அறத்தான் வருவதே இன்பம். மற்று எல்லாம்
புறத்த, புகழும் இல

இந்தக் குறளை எப்படி மாற்றிப் படிக்கவேண்டும்:

அறத்தான் வருவதே இன்பம். மற்று எல்லாம் புறத்த, புகழும் இல

இந்தக் குறளில் உள்ள கடினமான சொற்களும் அவற்றின் பொருளும்:

அறத்தான் => அறத்தால்

மற்று => மற்ற

புறத்த => வேறுபட்டவை (இன்பத்திலிருந்து வேறுபட்ட துன்பத்தைத் தருபவை)

இல => இல்லாதவை

எளிய உரை:

அறச் செயல்களைச் செய்தால்தான் இன்பம் கிடைக்கும். மற்றவற்றைச் செய்தால் இன்பம் கிடைக்காது, புகழும் கிடைக்காது.

குறள் எண்: 40

குறள்:

செயற்பாலது ஓரும் அறனே ஒருவற்கு,
உயற்பாலது ஓரும் பழி

இந்தக் குறளை எப்படி மாற்றிப் படிக்கவேண்டும்:

ஒருவற்கு ஓரும் அறனே செயற்பாலது, ஓரும் பழி உயற்பாலது

இந்தக் குறளில் உள்ள கடினமான சொற்களும் அவற்றின் பொருளும்:

செயற்பாலது => செய்யவேண்டியது

ஓரும் => ஆராய்ந்து உணர்கிற

அறனே => அறம்தான்

ஒருவற்கு => ஒவ்வொருவருக்கும்

உயற்பாலது => விட்டு விலகவேண்டியது

பழி => பழியைத் தரும் தீய செயல்கள்

எளிய உரை:

மக்கள் அறச் செயல்களை ஆராய்ந்து செய்யவேண்டும், அறம் அல்லாத தீய செயல்களை ஆராய்ந்து நீக்கவேண்டும்.

இயல் - 2

இல்லற இயல்

அதிகாரம் 5: இல்வாழ்க்கை (இல்லற வாழ்க்கை)

குறள் எண்: 41

குறள்:

> இல்வாழ்வான் என்பான் இயல்பு உடைய மூவர்க்கும்
> நல் ஆற்றின் நின்ற துணை

இந்தக் குறளை எப்படி மாற்றிப் படிக்கவேண்டும்:

> இல்வாழ்வான் என்பான் இயல்பு உடைய மூவர்க்கும் நல் ஆற்றின் நின்ற துணை

இந்தக் குறளில் உள்ள கடினமான சொற்களும் அவற்றின் பொருளும்:

இல்வாழ்வான்	=>	இல்லற வாழ்க்கை நடத்துபவன்
என்பான்	=>	எனப்படுகிறவன்
இயல்பு உடைய	=>	தன்மையை உடைய
மூவர்க்கும்	=>	மூன்று வகை உறவினர்களுக்கும்
நல் ஆற்றின்	=>	நல்ல வழியில்

எளிய உரை:

இல்லற வாழ்க்கை வாழ்கிறவன் தன்னுடைய பெற்றோருக்கும், மனைவிக்கும், குழந்தைகளுக்கும் நல்ல வழியைக் காண்பித்துத் துணையாக நின்று வழிநடத்துவான்.

(இவ்வகைக் குறள்கள் ஆண்பாலை வைத்து எழுதப்பட்டிருந்தாலும், இவற்றைப் பெண்களுக்கும் பொருத்திப் பொருள்கொள்ளலாம்.)

குறள் எண்: 42

குறள்:

துறந்தார்க்கும் துவ்வாதவர்க்கும் இறந்தார்க்கும்
இல்வாழ்வான் என்பான் துணை

இந்தக் குறளை எப்படி மாற்றிப் படிக்கவேண்டும்:

இல்வாழ்வான் என்பான் துறந்தார்க்கும் துவ்வாதவர்க்கும் இறந்தார்க்கும் துணை

இந்தக் குறளில் உள்ள கடினமான சொற்களும் அவற்றின் பொருளும்:

துறந்தார் => துறவிகள்

துவ்வாதவர் => வறியவர்கள்

இறந்தார் => நிலை மாறியவர்கள் / வாழ்விழந்தவர்கள்

இல்வாழ்வான் => இல்லற வாழ்க்கை நடத்துபவன்

என்பான் => எனப்படுகிறவன்

எளிய உரை:

இல்லற வாழ்க்கை வாழ்கிறவன் அனைத்தையும் துறந்த துறவிகளுக்கும், வறியவர்களுக்கும், நிலை மாறித் தடுமாறி நிற்பவர்களுக்கும் துணையாக நிற்பான்.

குறள் எண்: 43

குறள்:

தென்புலத்தார், தெய்வம், விருந்து, ஒக்கல், தான் என்று ஆங்கு
ஐம்புலத்து ஆறு ஓம்பல் தலை

இந்தக் குறளை எப்படி மாற்றிப் படிக்கவேண்டும்:

தென்புலத்தார், தெய்வம், விருந்து, ஒக்கல், தான் என்று ஆங்கு ஐம்புலத்து ஆறு ஓம்பல் தலை

இந்தக் குறளில் உள்ள கடினமான சொற்களும் அவற்றின் பொருளும்:

தென்புலத்தார் => முன்னோர்கள்
விருந்து => விருந்தினர்
ஒக்கல் => சுற்றத்தினர்
ஆங்கு => அங்கு
ஐம்புலத்து => ஐந்து இடங்களில்
ஆறு => வழி
ஓம்பல் => போற்றிச் செய்தல்
தலை => உயர்வு

எளிய உரை:

இல்லற வாழ்க்கை வாழ்கிறவர்களுக்கு ஐந்துவிதமான கடமைகள் உண்டு: தன்னுடைய முன்னோர்களுக்குச் செய்யவேண்டியவை, தெய்வங்களுக்குச் செய்யவேண்டியவை, விருந்தினர்களுக்குச் செய்யவேண்டியவை, தன்னுடைய சுற்றத்தினருக்குச் செய்யவேண்டியவை, தனக்குத் தான் செய்துகொள்ளவேண்டியவை. இந்த ஐந்து இடங்களிலும் அவர்கள் சரியாக நடந்துகொண்டு முறைப்படி செய்ய வேண்டியவற்றைச் செய்வது சிறப்பாகும்.

குறள் எண்: 44

குறள்:

பழி அஞ்சிப் பாத்து ஊண் உடைத்து ஆயின் வாழ்க்கை
வழி எஞ்சல் எஞ்ஞான்றும் இல்

இந்தக் குறளை எப்படி மாற்றிப் படிக்கவேண்டும்:

பழி அஞ்சிப் பாத்து ஊண் வாழ்க்கை உடைத்து ஆயின் எஞ்ஞான்றும்
வழி எஞ்சல் இல்

இந்தக் குறளில் உள்ள கடினமான சொற்களும் அவற்றின் பொருளும்:

பாத்து	=>	*பிரித்துக் கொடுத்து*
ஊண்	=>	*உண்ணுதல்*
உடைத்து ஆயின்	=>	*கொண்டிருந்தால்*
எஞ்சல்	=>	*குறைந்துபோதல்*
எஞ்ஞான்றும்	=>	*எப்போதும்*
இல்	=>	*இல்லை*

எளிய உரை:

ஒருவன் தீய செயல்களைச் செய்தால் பிறர் பழிப்பார்களே என்று எண்ணி அஞ்சவேண்டும், எப்போதும் நல்ல செயல்களைமட்டும்தான் செய்யவேண்டும்.

அவன் தன்னிடம் உள்ள உணவைத் தானே உண்டுவிடக்கூடாது, சுற்றியுள்ளவர்களுடன் பகிர்ந்து உண்ணவேண்டும்.

அப்படிப்பட்டவனுடைய வாழ்க்கைப் பாதையில் எந்தத் துன்பங்களும் வராது. அவன் சிறப்பாக வாழ்வான்.

குறள் எண்: 45

குறள்:

அன்பும் அறனும் உடைத்து ஆயின் இல்வாழ்க்கை
பண்பும் பயனும் அது

இந்தக் குறளை எப்படி மாற்றிப் படிக்கவேண்டும்:

இல்வாழ்க்கை அன்பும் அறனும் உடைத்து ஆயின், அது பண்பும் பயனும்

இந்தக் குறளில் உள்ள கடினமான சொற்களும் அவற்றின் பொருளும்:

அறனும் => அறமும்

உடைத்து ஆயின் => கொண்டிருந்தால்

எளிய உரை:

ஒருவனுடைய இல்லற வாழ்க்கையில் அன்பும் அறமும் நிறைந்திருந்தால், அதுதான் இல்லற வாழ்க்கையின் பண்பு, அதுதான் இல்லற வாழ்க்கையின் பயன். (அன்பும் அறமும் நிறைந்து வாழ்வதுதான் நல்ல இல்லற வாழ்க்கை.)

குறள் எண்: 46

குறள்:

அறத்து ஆற்றின் இல்வாழ்க்கை ஆற்றின், புறத்து ஆற்றின்
போஒய்ப் பெறுவது எவன்

இந்தக் குறளை எப்படி மாற்றிப் படிக்கவேண்டும்:

இல்வாழ்க்கை அறத்து ஆற்றின் ஆற்றின், புறத்து ஆற்றின் போஒய்ப் பெறுவது எவன்

இந்தக் குறளில் உள்ள கடினமான சொற்களும் அவற்றின் பொருளும்:

அறத்து ஆற்றின்	=>	*அறத்து வழியில்*
இல்வாழ்க்கை	=>	*இல்லற வாழ்க்கை*
ஆற்றின்	=>	*நடத்தினால்*
புறத்து ஆற்றின்	=>	*மற்ற வழியில் (அறம் அல்லாத வழியில்)*
போஒய்	=>	*போய்*
எவன்	=>	*என்ன*

எளிய உரை:

ஒருவன் அற வழியில் நடந்து இல்வாழ்க்கையை நடத்துகிறான் என்றால், மற்ற வழிகளில் சென்று அவன் பெறக்கூடியது என்ன? ஏதுமில்லை. (இல்லற வாழ்க்கைக்கு மிகச் சிறந்த வழி, அற வழிதான்.)

குறள் எண்: 47

குறள்:

இயல்பினான் இல்வாழ்க்கை வாழ்பவன் என்பான்
முயல்வாருள் எல்லாம் தலை

இந்தக் குறளை எப்படி மாற்றிப் படிக்கவேண்டும்:

இல்வாழ்க்கை இயல்பினான் வாழ்பவன் என்பான் முயல்வாருள் எல்லாம் தலை

இந்தக் குறளில் உள்ள கடினமான சொற்களும் அவற்றின் பொருளும்:

இயல்பினான் => இயல்பாக

இல்வாழ்க்கை => இல்லற வாழ்க்கை

என்பான் => எனப்படுகிறவன்

முயல்வாருள் => முயல்பவர்களையெல்லாம்விட

தலை => உயர்ந்தவன்

எளிய உரை:

மக்கள் தங்களுடைய வாழ்க்கையைப் பலவிதமாக வாழலாம். அவற்றுள் மிகச் சிறந்தது, இயல்பான இல்லற வாழ்க்கைதான். அப்படி வாழ்கிறவன்தான் மிகச் சிறந்தவன்.

குறள் எண்: 48

குறள்:

ஆற்றின் ஒழுக்கி அறன் இழுக்கா இல்வாழ்க்கை
நோற்பாரின் நோன்மை உடைத்து

இந்தக் குறளை எப்படி மாற்றிப் படிக்கவேண்டும்:

ஆற்றின் ஒழுக்கி அறன் இழுக்கா இல்வாழ்க்கை நோற்பாரின் நோன்மை உடைத்து

இந்தக் குறளில் உள்ள கடினமான சொற்களும் அவற்றின் பொருளும்:

ஆற்றின் ஒழுக்கி => முறையான வழியில் நடத்தி

அறன் இழுக்கா => அறத்தை மீறாமல்

இல்வாழ்க்கை => இல்லற வாழ்க்கை

நோற்பாரின் => நோன்பு நோற்கிறவர்களைவிட

நோன்மை உடைத்து => சிறப்பு கொண்டது

எளிய உரை:

இல்லற வாழ்க்கை நடத்துகிற ஒருவன் மற்றவர்களை நல்ல வழியில் செலுத்துகிறான், தானும் அறத்தை மீறாமல் நல்ல வழியில் நடக்கிறான் என்றால், அவனுடைய வாழ்க்கை மிகவும் உயர்ந்தது, தவம் செய்கிற துறவு வாழ்க்கையைவிடச் சிறப்பானது.

குறள் எண்: 49

குறள்:

அறன் எனப்பட்டதே இல்வாழ்க்கை. அஃதும்
பிறன் பழிப்பது இல் ஆயின் நன்று

இந்தக் குறளை எப்படி மாற்றிப் படிக்கவேண்டும்:

அறன் எனப்பட்டதே இல்வாழ்க்கை. அஃதும் பிறன் பழிப்பது இல் ஆயின் நன்று.

இந்தக் குறளில் உள்ள கடினமான சொற்களும் அவற்றின் பொருளும்:

அறன் => அறம்

எனப்பட்டதே => என்று சொல்லப்படுவதே

இல்வாழ்க்கை => இல்லற வாழ்க்கை

அஃதும் => அதுவும்

பிறன் => பிறர்

இல் ஆயின் => இல்லாவிட்டால்

நன்று => நல்லது

எளிய உரை:

அற வாழ்க்கை என்றால், அது இல்லற வாழ்க்கைதான். மற்றவர்கள் நம்மைப் பார்த்துப் பழிக்காதபடி இல்லறம் நடத்தினால் அது இன்னும் நல்லது.

குறள் எண்: 50

குறள்:

வையத்துள் வாழ்வாங்கு வாழ்பவன் வான் உறையும்
தெய்வத்துள் வைக்கப்படும்

இந்தக் குறளை எப்படி மாற்றிப் படிக்கவேண்டும்:

வையத்துள் வாழ்வாங்கு வாழ்பவன் வான் உறையும் தெய்வத்துள் வைக்கப்படும்

இந்தக் குறளில் உள்ள கடினமான சொற்களும் அவற்றின் பொருளும்:

வையத்துள் => உலகத்தில்

வாழ்வாங்கு => வாழவேண்டிய முறைப்படி

உறையும் => தங்கும்

தெய்வத்துள் => தெய்வங்களுடன்

எளிய உரை:

இந்த உலகத்தில் முறையான வாழ்க்கை நடத்துகிறவர்கள் வானுலகைச் சேர்ந்த தெய்வங்களுக்கு இணையாக மதிக்கப்படுவார்கள்.

அதிகாரம் 6: வாழ்க்கைத் துணை நலம் (வாழ்க்கைத் துணையின் பெருமை)

குறள் எண்: 51

குறள்:

மனைத் தக்க மாண்பு உடையள் ஆகித் தன்கொண்டான்
வளத் தக்காள் வாழ்க்கைத் துணை

இந்தக் குறளை எப்படி மாற்றிப் படிக்கவேண்டும்:

மனைத் தக்க மாண்பு உடையள் ஆகித் தன்கொண்டான் வளத் தக்காள் வாழ்க்கைத் துணை

இந்தக் குறளில் உள்ள கடினமான சொற்களும் அவற்றின் பொருளும்:

மனை => *வீடு / இல்லறம்*

தக்க => *ஏற்ற*

மாண்பு => *சிறப்பு*

உடையள் => *உடையவள்*

தன்கொண்டான் => *தன்னைக் கொண்டவன் / தன் கணவன்*

வளத் தக்காள் => *வளத்துக்கு / வருவாய்க்குத் தக்கபடி வாழ்பவள்*

எளிய உரை:

ஒரு நல்ல மனைவி எப்படி இருக்கவேண்டும்?

இல்லறத்துக்கு ஏற்ற சிறப்புகளுடன் இருக்கவேண்டும், தன் கணவனுடைய வருவாய்க்குள் வாழ்க்கை நடத்தவேண்டும்.

குறள் எண்: 52

குறள்:

மனை மாட்சி இல்லாள்கண் இல் ஆயின் வாழ்க்கை
எனை மாட்சித்து ஆயினும் இல்

இந்தக் குறளை எப்படி மாற்றிப் படிக்கவேண்டும்:

இல்லாள்கண் மனை மாட்சி இல் ஆயின், வாழ்க்கை எனை மாட்சித்து ஆயினும் இல்

இந்தக் குறளில் உள்ள கடினமான சொற்களும் அவற்றின் பொருளும்:

மனை	=>	*வீடு / இல்லறம்*
மாட்சி	=>	*சிறப்பு*
இல்லாள்கண்	=>	*மனைவியிடம்*
இல் ஆயின்	=>	*இல்லாவிட்டால்*
எனை	=>	*எவ்வளவு*
மாட்சித்து ஆயினும்	=>	*சிறப்புடன் இருந்தாலும்*
இல்	=>	*பயன் இல்லை*

எளிய உரை:

ஒருவனுடைய மனைவி இல்லற வாழ்க்கைக்கு உரிய சிறப்புகளுடன் இருக்கவேண்டும். அப்படி இல்லாவிட்டால், அவன் வேறு எந்தச் சிறப்புகளைப் பெற்றாலும் சரி, அவனுடைய வாழ்க்கை பயனற்றுப்போகும்.

குறள் எண்: 53

குறள்:

இல்லது என் இல்லவள் மாண்பு ஆனால்! உள்ளது என்
இல்லவள் மாணாக்கடை!

இந்தக் குறளை எப்படி மாற்றிப் படிக்கவேண்டும்:

இல்லவள் மாண்பு ஆனால் இல்லது என்! இல்லவள் மாணாக்கடை உள்ளது என்!

இந்தக் குறளில் உள்ள கடினமான சொற்களும் அவற்றின் பொருளும்:

இல்லது => இல்லாதது

என் => என்ன

இல்லவள் => இல்லத்தரசசி / மனைவி

மாண்பு => சிறப்பு

மாணாக்கடை => பண்பு இல்லாவிட்டால்

எளிய உரை:

ஒரு வீட்டில் மனைவி சிறப்பானவளாக அமைந்துவிட்டால், அங்கு எல்லா நன்மைகளும் சேரும்.

ஒருவேளை, அந்த மனைவி சிறப்பானவளாக அமையா விட்டால், அங்கு எந்த நன்மையும் சேராது.

குறள் எண்: 54

குறள்:

பெண்ணின் பெரும் தக்க யா உள, கற்பு என்னும்
திண்மை உண்டாகப் பெறின்

இந்தக் குறளை எப்படி மாற்றிப் படிக்கவேண்டும்:

கற்பு என்னும் திண்மை உண்டாகப் பெறின் பெண்ணின் பெரும் தக்க யா உள!

இந்தக் குறளில் உள்ள கடினமான சொற்களும் அவற்றின் பொருளும்:

பெண்ணின்	=> *பெண்ணைவிட*
பெரும் தக்க	=> *பெரிய தகுதி உடையவை*
யா உள	=> *எவை உண்டு*
திண்மை	=> *உறுதி*
உண்டாகப் பெறின்	=> *உண்டானால்*

எளிய உரை:

ஒரு பெண்ணிடம் கற்பு எனப்படும் மன உறுதி இருந்துவிட்டால், அவளைவிடச் சிறந்தவர்கள் யார்? (யாருமில்லை.)

குறள் எண்: 55

குறள்:

தெய்வம் தொழாஅள், கொழுநன் தொழுது எழுவாள்
பெய் எனப் பெய்யும் மழை

இந்தக் குறளை எப்படி மாற்றிப் படிக்கவேண்டும்:

தெய்வம் தொழாஅள், கொழுநன் தொழுது எழுவாள் பெய் எனப் பெய்யும் மழை

இந்தக் குறளில் உள்ள கடினமான சொற்களும் அவற்றின் பொருளும்:

தொழாஅள் => தொழாதவள்

கொழுநன் => கணவன்

எளிய உரை:

ஒரு பெண் தெய்வத்தைவிடத் தன்னுடைய கணவனைப் பெரிதாக மதிக்கிறாள் என்றாள், அவள் மிகச் சிறந்தவள், பெய் என்று சொன்னதும் பெய்கிற மழைக்கு இணையானவள்.

குறள் எண்: 56

குறள்:

தற்காத்து, தற்கொண்டான் பேணி, தகை சான்ற
சொல் காத்து, சோர்வு இலாள் பெண்

இந்தக் குறளை எப்படி மாற்றிப் படிக்கவேண்டும்:

பெண் தற்காத்து, தற்கொண்டான் பேணி, தகை சான்ற சொல் காத்து, சோர்வு இலாள்

இந்தக் குறளில் உள்ள கடினமான சொற்களும் அவற்றின் பொருளும்:

தற்காத்து => *தன்னைக் காத்துக்கொண்டு*

தற்கொண்டான் => *தன்னைக் கொண்டவன் / கணவன்*

பேணி => *பாதுகாத்து*

தகை சான்ற => *சிறப்பு மிக்க*

இலாள் => *இல்லாதவள்*

எளிய உரை:

நல்ல பெண் தன்னையும் பாதுகாத்துக்கொள்வாள், தன்னுடைய கணவனையும் பாதுகாப்பாள், தன்னுடைய நல்ல பெயரையும் பாதுகாத்துக்கொள்வாள், எப்போதும் சோர்வு இன்றிச் செயல்படுவாள்.

குறள் எண்: 57

குறள்:

சிறை காக்கும் காப்பு எவன் செய்யும்? மகளிர்
நிறை காக்கும் காப்பே தலை

இந்தக் குறளை எப்படி மாற்றிப் படிக்கவேண்டும்:

சிறை காக்கும் காப்பு எவன் செய்யும்? மகளிர் நிறை காக்கும் காப்பே தலை

இந்தக் குறளில் உள்ள கடினமான சொற்களும் அவற்றின் பொருளும்:

காக்கும்	=>	பாதுகாக்கும்
காப்பு	=>	காவல்
எவன் செய்யும்	=>	என்ன பயனைத் தரும்?
நிறை	=>	நிறைவான பண்பு
தலை	=>	உயர்வு

எளிய உரை:

நாங்கள் எங்கள் வீட்டுப் பெண்களை வீட்டுக்குள் பாதுகாப்பாகப் பார்த்துக்கொள்கிறோம் என்று சிலர் சொல்கிறார்கள். அதெல்லாம் எதற்கு? பெண்கள் தங்களைத் தாங்களே பாதுகாத்துக்கொள்வார்கள். அதற்குத் தேவையான நிறைவான பண்பு அவர்களிடம் உண்டு. அந்தக் காவலுக்குமுன் மற்ற காவல்களெல்லாம் வீண்.

குறள் எண்: 58

குறள்:

பெற்றான் பெறின் பெறுவர் பெண்டிர், பெரும் சிறப்புப்
புத்தேளிர் வாழும் உலகு

இந்தக் குறளை எப்படி மாற்றிப் படிக்கவேண்டும்:

பெண்டிர் பெற்றான் பெறின் புத்தேளிர் வாழும் உலகுப் பெரும் சிறப்பு பெறுவர்

இந்தக் குறளில் உள்ள கடினமான சொற்களும் அவற்றின் பொருளும்:

பெற்றான் => நற்பண்புகளைப் பெற்றவர்

பெறின் => பெற்றால்

பெறுவர் => பெறுவார்கள்

பெண்டிர் => பெண்கள்

புத்தேளிர் => தேவர்கள்

எளிய உரை:

நல்ல பண்புள்ள கணவனுடன் இல்லறம் நடத்துகிற பெண்கள் தேவர்கள் வாழுகின்ற பெரிய, சிறந்த வானுலகைப் பெறுவார்கள். (இனிமையான இல்லற வாழ்க்கை சொர்க்கத்துக்குச் சமம்.)

குறள் எண்: 59

குறள்:

புகழ் புரிந்த இல் இலோர்க்கு இல்லை இகழ்வார்முன்
ஏறுபோல் பீடு நடை

இந்தக் குறளை எப்படி மாற்றிப் படிக்கவேண்டும்:

புகழ் புரிந்த இல் இலோர்க்கு, இகழ்வார்முன் ஏறுபோல் பீடு நடை இல்லை

இந்தக் குறளில் உள்ள கடினமான சொற்களும் அவற்றின் பொருளும்:

புகழ் புரிந்த => புகழை / நற்பெயரை விரும்புகிற

இல் => வீடு / இல்லற வாழ்க்கை / மனைவி

இலோர் => இல்லாதவர்

இகழ்வார்முன் => தன்னை இகழ்ந்து பேசுகிறவர்களுக்கு முன்னால்

ஏறு => சிங்கம்

பீடு => பெருமை

எளிய உரை:

ஒருவர் நற்பெயரை விரும்புகின்ற மனைவியைப் பெறாவிட்டால், தன்னை இகழ்ந்து பேசுகிறவர்களுக்குமுன்னால் சிங்கம்போல் பெருமையுடன் நடக்க இயலாது. (நல்ல மனைவியைக் கொண்டவன் சமூகத்தில் பெருமையுடன் தலை நிமிர்ந்து நடப்பான்.)

குறள் எண்: 60

குறள்:

மங்கலம் என்ப மனை மாட்சி. மற்று அதன்
நல் கலம் நல் மக்கள் பேறு

இந்தக் குறளை எப்படி மாற்றிப் படிக்கவேண்டும்:

மங்கலம் என்ப மனை மாட்சி. மற்று அதன் நல் கலம், நல் மக்கள் பேறு

இந்தக் குறளில் உள்ள கடினமான சொற்களும் அவற்றின் பொருளும்:

மங்கலம் => நன்மை

என்ப => என்பார்கள்

மனை => வீடு / இல்லற வாழ்க்கை

மாட்சி => சிறப்பு

மற்று => மற்றும்

கலம் => அணிகலம்

மக்கள் => குழந்தைகள்

பேறு => செல்வம்

எளிய உரை:

நல்ல இல்லற வாழ்க்கை நடத்தினால் நன்மைகள் பெருகும் என்று பெரியோர்கள் சொல்வார்கள். அப்படிப்பட்ட சிறந்த இல்லற வாழ்க்கைக்கு அழகு, நல்ல குழந்தைச் செல்வங்களைப் பெறுவது.

அதிகாரம் 7: மக்கட்பேறு (குழந்தைச் செல்வம்)

குறள் எண்: 61

குறள்:

பெறும் அவற்றுள் யாம் அறிவது இல்லை அறிவு அறிந்த
மக்கள் பேறு அல்ல பிற

இந்தக் குறளை எப்படி மாற்றிப் படிக்கவேண்டும்:

பெறும் அவற்றுள் அறிவு அறிந்த மக்கள் பேறு அல்ல பிற யாம் அறிவது இல்லை

இந்தக் குறளில் உள்ள கடினமான சொற்களும் அவற்றின் பொருளும்:

பெறும் => பெறுகின்ற

அவற்றுள் => வரங்களுக்குள்

யாம் => நாம்

மக்கள் => குழந்தைகள்

பேறு => செல்வம்

அல்ல => அல்லாத

பிற => மற்றவை

எளிய உரை:

ஒருவர் பல செல்வங்களைப் பெறலாம். ஆனால், அவற்றுள் மிகச் சிறந்த செல்வம், அறிவு மிக்க நல்ல குழந்தைகளைப் பெறுவதுதான். அதைவிடச் சிறந்த இன்னொரு செல்வத்தை நாம் கேள்விப்பட்டதில்லை.

குறள் எண்: 62

குறள்:

எழு பிறப்பும் தீயவை தீண்டா, பழி பிறங்காப்
பண்பு உடை மக்கள் பெறின்

இந்தக் குறளை எப்படி மாற்றிப் படிக்கவேண்டும்:

பழி பிறங்காப் பண்பு உடை மக்கள் பெறின் தீயவை எழு பிறப்பும் தீண்டா

இந்தக் குறளில் உள்ள கடினமான சொற்களும் அவற்றின் பொருளும்:

எழு => ஏழு

பிறப்பும் => பிறவிகளிலும்

தீண்டா => தொடுவதில்லை

பிறங்கா => உண்டாக்காத

பண்பு உடை => பண்புடைய

மக்கள் => குழந்தைகள்

பெறின் => பெற்றால்

எளிய உரை:

பிறர் பழிக்கும்படி நடந்துகொள்ளாத, நல்ல, பண்பு மிக்க குழந்தைகளைப் பெற்றவர்களுக்கு ஏழு பிறவிகளிலும் தீமை வராது. (நல்ல குழந்தைகளால் பெற்றோருக்குப் பெருமை.)

குறள் எண்: 63

குறள்:

தம் பொருள் என்ப தம் மக்கள். அவர் பொருள்
தம் தம் வினையான் வரும்

இந்தக் குறளை எப்படி மாற்றிப் படிக்கவேண்டும்:

தம் மக்கள் தம் பொருள் என்ப. தம் தம் வினையான் அவர் பொருள் வரும்

இந்தக் குறளில் உள்ள கடினமான சொற்களும் அவற்றின் பொருளும்:

தம்	=>	தங்களுடைய
என்ப	=>	என்பார்கள்
மக்கள்	=>	குழந்தைகள்
தம் தம்	=>	அவரவருடைய
வினையான்	=>	வினைகளால்

எளிய உரை:

ஒருவருடைய செல்வம் என்பது அவர் பெற்ற குழந்தைகள்தான் என்று சொல்வார்கள். பின்னர் அந்தக் குழந்தைகள் செய்கிற நல்ல செயல்களால் அவர்களுக்குச் செல்வம் சேரும். *(நன்மை செய்கிறவர்கள் நல்லவிதமாக வாழ்வார்கள்.)*

குறள் எண்: 64

குறள்:

அமிழ்தினும் ஆற்ற இனிதே, தம் மக்கள்
சிறு கை அளாவிய கூழ்

இந்தக் குறளை எப்படி மாற்றிப் படிக்கவேண்டும்:

தம் மக்கள் சிறு கை அளாவிய கூழ் அமிழ்தினும் ஆற்ற இனிதே

இந்தக் குறளில் உள்ள கடினமான சொற்களும் அவற்றின் பொருளும்:

அமிழ்தினும் => அமுதத்தைவிட

ஆற்ற => மிக

தம் => தங்களுடைய

மக்கள் => குழந்தைகள்

அளாவிய => கையால் கலந்த

எளிய உரை:

குழந்தை ஒன்று தன்னுடைய பிஞ்சுக் கைகளால் கூழைக் கலந்து விளையாடுகிறது. அந்தக் குழந்தையின் தந்தைக்கும் தாய்க்கும் அந்தக் கூழ் அமுதத்தைவிட மிக இனிமையாகத் தோன்றும்.

குறள் எண்: 65

குறள்:

மக்கள் மெய் தீண்டல் உடற்கு இன்பம். மற்று அவர்
சொல் கேட்டல் இன்பம் செவிக்கு

இந்தக் குறளை எப்படி மாற்றிப் படிக்கவேண்டும்:

உடற்கு இன்பம், மக்கள் மெய் தீண்டல். மற்று, செவிக்கு இன்பம், அவர் சொல் கேட்டல்

இந்தக் குறளில் உள்ள கடினமான சொற்களும் அவற்றின் பொருளும்:

மக்கள் => குழந்தைகள்

மெய் => உடல்

தீண்டல் => தொடுதல்

உடற்கு => உடலுக்கு

மற்று => மற்றும்

செவிக்கு => காதுக்கு

எளிய உரை:

குழந்தைகள் நம்மைத் தொட்டால், உடம்பெல்லாம் இனிக்கிறது. அவர்கள் பேசும் மழலைப் பேச்சைக் கேட்டால் காதெல்லாம் இனிக்கிறது.

குறள் எண்: 66

குறள்:

குழல் இனிது, யாழ் இனிது என்ப, தம் மக்கள்
மழலைச் சொல் கேளாதவர்

இந்தக் குறளை எப்படி மாற்றிப் படிக்கவேண்டும்:

தம் மக்கள் மழலைச் சொல் கேளாதவர் குழல் இனிது, யாழ் இனிது என்ப

இந்தக் குறளில் உள்ள கடினமான சொற்களும் அவற்றின் பொருளும்:

என்ப => என்று சொல்வார்கள்

தம் => தங்களுடைய

மக்கள் => குழந்தைகள்

எளிய உரை:

சிலர் குழல் இசையை இனிமை என்பார்கள். வேறு சிலர், யாழ் இசையை இனிமை என்பார்கள்.

ஆனால், இதெல்லாம் அவர்கள் தங்களுடைய குழந்தைகளின் மழலைப் பேச்சைக் கேட்கும்வரைதான். (குழந்தைகளின் மழலைப் பேச்சு, குழல், யாழைவிட இனிமையானது.)

குறள் எண்: 67

குறள்:

தந்தை மகற்கு ஆற்றும் நன்றி, அவையத்து
முந்தி இருப்பச் செயல்

இந்தக் குறளை எப்படி மாற்றிப் படிக்கவேண்டும்:

தந்தை மகற்கு ஆற்றும் நன்றி, அவையத்து முந்தி இருப்பச் செயல்

இந்தக் குறளில் உள்ள கடினமான சொற்களும் அவற்றின் பொருளும்:

மகற்கு => மகனுக்கு / பிள்ளைக்கு

ஆற்றும் => ஆற்றுகிற / செய்கிற

நன்றி => இங்கு கடமையைக் குறிக்கிறது

அவையத்து => அவையில்

முந்தி இருப்பச் செயல் => முந்தியிருக்கும்படி / முன்னணியில் நிற்கும்படி செய்தல்

எளிய உரை:

பெற்றோர் தங்களுடைய பிள்ளைக்குச் செய்யவேண்டிய மிக முக்கியமான கடமை, அவரை நன்கு படிக்கவைத்துக் கற்றோர் அவையில் முன்னால் நிறுத்துதல். (பெற்றோர் குழந்தைகளுக்கு வழங்கவேண்டிய மிகப் பெரிய செல்வம், கல்விச் செல்வம்.)

குறள் எண்: 68

குறள்:

தம்மின் தம் மக்கள் அறிவு உடைமை மாநிலத்து
மன் உயிர்க்கு எல்லாம் இனிது

இந்தக் குறளை எப்படி மாற்றிப் படிக்கவேண்டும்:

மாநிலத்து மன் உயிர்க்கு எல்லாம், தம் மக்கள் தம்மின் அறிவு உடைமை இனிது

இந்தக் குறளில் உள்ள கடினமான சொற்களும் அவற்றின் பொருளும்:

தம்மின் => தங்களைவிட

தம் => தங்களுடைய

மக்கள் => குழந்தைகள்

மாநிலத்து => பெரிய நிலத்தில் / உலகத்தில்

மன் உயிர்க்கு => நிலைத்திருக்கும் உயிர்களுக்கு

எளிய உரை:

இந்த உலகத்தில் உள்ள எல்லா உயிர்களும், தங்கள் பிள்ளைகள் தங்களைவிட அறிவாளிகளாக இருக்கவேண்டும் என்றுதான் விரும்புகின்றன.

குறள் எண்: 69

குறள்:

> **ஈன்ற பொழுதின் பெரிது உவக்கும் தன் மகனைச்**
> **சான்றோன் எனக் கேட்ட தாய்**

இந்தக் குறளை எப்படி மாற்றிப் படிக்கவேண்டும்:

தன் மகனைச் சான்றோன் எனக் கேட்ட தாய் ஈன்ற பொழுதின் பெரிது உவக்கும்

இந்தக் குறளில் உள்ள கடினமான சொற்களும் அவற்றின் பொருளும்:

ஈன்ற பொழுதின் => குழந்தையைப் பெற்ற நேரத்தைவிட

பெரிது => பெரிதாக / கூடுதலாக

உவக்கும் => மகிழ்வார்

சான்றோன் => சிறந்தவன்

எளிய உரை:

குழந்தையைப் பெற்ற தாய் தன் பிள்ளையை நினைத்து மிகவும் மகிழ்வார். பின்னர் அவன் வளர்ந்து, பெரியவனாகி, பல நல்ல செயல்களைச் செய்யும்போது, 'இவன் மிகச் சிறந்தவன்' என்று எல்லாரும் அவனைப் பாராட்டும்போது, அந்தத் தாய் இன்னும் கூடுதலாக மகிழ்வார்.

குறள் எண்: 70

குறள்:

மகன் தந்தைக்கு ஆற்றும் உதவி, இவன் தந்தை
என் நோற்றான் கொல் எனும் சொல்

இந்தக் குறளை எப்படி மாற்றிப் படிக்கவேண்டும்:

மகன் தந்தைக்கு ஆற்றும் உதவி, 'இவன் தந்தை என் நோற்றான் கொல்' எனும் சொல்

இந்தக் குறளில் உள்ள கடினமான சொற்களும் அவற்றின் பொருளும்:

ஆற்றும்	*=> செய்கிற*
என் நோற்றான் கொல்	*=> என்ன தவம் செய்தானோ*
எனும்	*=> என்னும் / என்கிற*

எளிய உரை:

மனிதராகப் பிறந்த ஒவ்வொருவரும் தங்களுடைய பெற்றோருக்குச் செய்யவேண்டிய மிகப் பெரிய உதவி, 'இப்படி ஒரு பிள்ளையைப் பெறுவதற்கு இவனு(ளு)டைய தந்தையும் தாயும் என்ன தவம் செய்தார்களோ!' என்று எல்லாரும் வியந்து பாராட்டும்படி சிறந்து விளங்குவது.

அதிகாரம் 8: அன்பு உடைமை

குறள் எண்: 71

குறள்:

அன்பிற்கும் உண்டோ அடைக்கும் தாழ்! ஆர்வலர்
புன் கண் நீர் பூசல் தரும்

இந்தக் குறளை எப்படி மாற்றிப் படிக்கவேண்டும்:

அன்பிற்கும் அடைக்கும் தாழ் உண்டோ! ஆர்வலர் புன் கண் நீர் பூசல் தரும்

இந்தக் குறளில் உள்ள கடினமான சொற்களும் அவற்றின் பொருளும்:

தாழ் => தாழ்ப்பாள்

ஆர்வலர் => அன்பு கொண்டவர்கள்

புன் கண் நீர் => சிறிதளவு கண்ணீர்

பூசல் தரும் => அனைவருக்கும் தெரிவிக்கும்

எளிய உரை:

அன்பை நெஞ்சுக்குள் பூட்டிவைக்கமுடியுமா! அன்பு கொண்ட ஒருவருடைய கண்களில் இருந்து வழிகிற மகிழ்ச்சிக் கண்ணீர் அவருடைய அன்பை எல்லாருக்கும் சொல்லிவிடும்!

குறள் எண்: 72

குறள்:

அன்பு இலார் எல்லாம் தமக்கு உரியர். அன்பு உடையார்
என்பும் உரியர் பிறர்க்கு

இந்தக் குறளை எப்படி மாற்றிப் படிக்கவேண்டும்:

அன்பு இலார் எல்லாம் தமக்கு உரியர். அன்பு உடையார் என்பும் பிறர்க்கு உரியர்

இந்தக் குறளில் உள்ள கடினமான சொற்களும் அவற்றின் பொருளும்:

இலார் => இல்லாதவர்

தமக்கு => தனக்கு

உரியர் => உரிமையாகக் கொண்டவர்

உடையார் => உடையவர்

என்பும் => எலும்பும்

எளிய உரை:

அன்பு இல்லாதவர்கள் எல்லாப் பொருட்களையும் தங்களுடையதாக நினைத்துப் பேராசைப்படுவார்கள். அன்பு கொண்டவர்களோ தங்களையே பிறருக்குத் தந்துவிடுவார்கள். (அன்புள்ளவர்கள் தங்களுக்கு ஏற்படுகிற சிரமங்களைக்கூடப் பொருட்படுத்தாமல் பிறருக்கு உதவுவார்கள்.)

குறள் எண்: 73

குறள்:

அன்போடு இயைந்த வழக்கு என்ப, ஆர் உயிர்க்கு
என்போடு இயைந்த தொடர்பு

இந்தக் குறளை எப்படி மாற்றிப் படிக்கவேண்டும்:

ஆர் உயிர்க்கு என்போடு இயைந்த தொடர்பு அன்போடு இயைந்த வழக்கு என்ப

இந்தக் குறளில் உள்ள கடினமான சொற்களும் அவற்றின் பொருளும்:

இயைந்த => பொருந்திய

வழக்கு => வழி

என்ப => என்பார்கள்

ஆர் உயிர்க்கு => அரிய உயிருக்கு

என்பு => எலும்பு

எளிய உரை:

உடலில் உயிர் சேரும்போது மனித வாழ்க்கை உண்டாகிறது. அப்படிப்பட்ட அரிய மனித வாழ்க்கையின் பயன், எல்லார்மீதும் அன்பைச் செலுத்தி வாழ்வதுதான். (மனிதப் பிறவியின் நோக்கம், அன்பு செலுத்துதல்.)

குறள் எண்: 74

குறள்:

அன்பு ஈனும் ஆர்வம் உடைமை. அது ஈனும்
நண்பு என்னும் நாடாச் சிறப்பு

இந்தக் குறளை எப்படி மாற்றிப் படிக்கவேண்டும்:

அன்பு ஆர்வம் உடைமை ஈனும். அது நண்பு என்னும் நாடாச் சிறப்பு ஈனும்

இந்தக் குறளில் உள்ள கடினமான சொற்களும் அவற்றின் பொருளும்:

ஈனும் => வழங்கும்

ஆர்வம் => விருப்பம் / அக்கறை

உடைமை => கொண்டிருத்தல்

நண்பு => நட்பு

நாடா => அளவற்ற

எளிய உரை:

பிறர்மீது அன்பைச் செலுத்தினால், அவர்கள்மீது அக்கறை வரும். பின்னர் அந்த அக்கறை, நட்பு என்கின்ற மிகச் சிறந்த பண்பாக மாறும். அனைவரும் நம் தோழர்களாகிவிடுவார்கள்.

குறள் எண்: 75

குறள்:

அன்பு உற்று அமர்ந்த வழக்கு என்ப, வையகத்து
இன்பு உற்றார் எய்தும் சிறப்பு

இந்தக் குறளை எப்படி மாற்றிப் படிக்கவேண்டும்:

வையகத்து இன்பு உற்றார் எய்தும் சிறப்பு அன்பு உற்று அமர்ந்த வழக்கு என்ப

இந்தக் குறளில் உள்ள கடினமான சொற்களும் அவற்றின் பொருளும்:

உற்று	=>	பெற்று
அமர்ந்த	=>	பொருந்திய
வழக்கு	=>	வழி
என்ப	=>	என்பார்கள்
வையகதது	=>	உலகத்தில்
இன்பு	=>	இன்பம்
உற்றார்	=>	பெற்றவர்
எய்தும்	=>	பெறுகிற

எளிய உரை:

இந்த உலகத்தில் அன்பு வழியில் நடப்பவர்கள் எல்லாரும் இன்பமாக வாழ்வார்கள் என்று பெரியோர்கள் சொல்கிறார்கள்.

குறள் எண்: 76

குறள்:

அறத்திற்கே அன்பு சார்பு என்ப அறியார்.
மறத்திற்கும் அஃதே துணை

இந்தக் குறளை எப்படி மாற்றிப் படிக்கவேண்டும்:

அறியார் அறத்திற்கே அன்பு சார்பு என்ப. அஃதே மறத்திற்கும் துணை

இந்தக் குறளில் உள்ள கடினமான சொற்களும் அவற்றின் பொருளும்:

சார்பு => துணை

என்ப => என்பார்கள்

அறியார் => அறியாதவர்கள்

மறம் => வீரம்

அஃதே => அதுதான்

எளிய உரை:

அன்பால்தான் அறச் செயல்கள் நடக்கின்றன என்று சிலர் சொல்வார்கள். ஆனால், அவர்கள் முழு உண்மையை அறியாதவர்கள். ஏனென்றால், வீரச் செயல்களைச் செய்வதற்கும் அதே அன்புதான் துணைநிற்கிறது. (எடுத்துக்காட்டாக, தன்னுடைய நாட்டின்மீது அன்பு கொண்ட ஒருவன் போருக்குச் சென்று வீரத்துடன் பகைவர்களை எதிர்ப்பான்.)

குறள் எண்: 77

குறள்:

என்பு இல் அதனை வெயில்போலக் காயுமே
அன்பு இல் அதனை அறம்

இந்தக் குறளை எப்படி மாற்றிப் படிக்கவேண்டும்:

என்பு இல் அதனை வெயில்போல அன்பு இல் அதனை அறம் காயுமே

இந்தக் குறளில் உள்ள கடினமான சொற்களும் அவற்றின் பொருளும்:

என்பு இல் => எலும்பு இல்லாத

காயும் => துன்புறுத்தும்

அன்பு இல் => அன்பு இல்லாத

எளிய உரை:

எலும்பில்லாத சிறு உயிர்களை வெயில் துன்புறுத்தும். அதுபோல, அன்பில்லாத மனிதர்களை அறம் துன்புறுத்தும்.

குறள் எண்: 78

குறள்:

அன்பு அகத்து இல்லா உயிர் வாழ்க்கை வன் பால்கண்
வற்றல் மரம் தளிர்த்து அற்று

இந்தக் குறளை எப்படி மாற்றிப் படிக்கவேண்டும்:

அகத்து அன்பு இல்லா உயிர் வாழ்க்கை வன் பால்கண் வற்றல் மரம் தளிர்த்து அற்று

இந்தக் குறளில் உள்ள கடினமான சொற்களும் அவற்றின் பொருளும்:

அகத்து => உள்ளுக்குள்

இல்லா => இல்லாத

வன் பால்கண் => வறண்ட நிலத்தில்

வற்றல் மரம் => வற்றிப்போன மரம்

தளிர்த்து அற்று => தளிர்ப்பதைப்போன்றது

எளிய உரை:

வறண்ட நிலத்தில் நிற்கிற வற்றிப்போன மரம் மீண்டும் தளிர்க்குமா? (தளிர்க்காது.)

அன்பில்லாத வாழ்க்கையும் அதுபோல்தான். (அன்பில்லாத வாழ்க்கை பயனற்றது.)

குறள் எண்: 79

குறள்:

> புறத்து உறுப்பு எல்லாம் எவன் செய்யும், யாக்கை
> அகத்து உறுப்பு அன்பு இல் அவர்க்கு

இந்தக் குறளை எப்படி மாற்றிப் படிக்கவேண்டும்:

> யாக்கை அகத்து உறுப்பு அன்பு இல் அவர்க்குப் புறத்து உறுப்பு எல்லாம் எவன் செய்யும்

இந்தக் குறளில் உள்ள கடினமான சொற்களும் அவற்றின் பொருளும்:

புறத்து உறுப்பு => வெளி உறுப்பு

எவன் செய்யும் => என்ன பயனைத் தரும்?

யாக்கை => உடல்

அகத்து உறுப்பு => உள் உறுப்பு

அன்பு இல் அவர்க்கு => அன்பு இல்லாதவர்களுக்கு

எளிய உரை:

ஒருவருடைய உடலில் வெளி உறுப்புகளெல்லாம் நன்றாக அமைந்து என்ன பயன்? அவருக்குள் அன்பு என்னும் உள் உறுப்பு இல்லாவிட்டால் இந்த வெளி உறுப்புகளெல்லாம் வீண்தான்.

குறள் எண்: 80

குறள்:

அன்பின் வழியது உயிர் நிலை. அஃது இலார்க்கு
என்பு தோல் போர்த்த உடம்பு

இந்தக் குறளை எப்படி மாற்றிப் படிக்கவேண்டும்:

அன்பின் வழியது உயிர் நிலை. அஃது இலார்க்கு என்பு தோல் போர்த்த உடம்பு

இந்தக் குறளில் உள்ள கடினமான சொற்களும் அவற்றின் பொருளும்:

வழியது => வழியில் அமைவது

உயிர் நிலை => உயிர் நிலைக்கின்ற உடல்

அஃது இலார்க்கு => அது இல்லாதவர்களுக்கு

என்பு => எலும்பு

போர்த்த => போர்த்திய

எளிய உரை:

அன்பின் வழியில் நடப்பவர்கள்தான் மனிதர்கள். மற்றவர்கள் எலும்பைத் தோலால் போர்த்தி நடமாடுகிற வெற்று உருவங்கள்.

அதிகாரம் 9: விருந்தோம்பல்

குறள் எண்: 81

குறள்:

இருந்து ஓம்பி இல் வாழ்வது எல்லாம் விருந்து ஓம்பி
வேளாண்மை செய்தற்பொருட்டு

இந்தக் குறளை எப்படி மாற்றிப் படிக்கவேண்டும்:

இல் இருந்து ஓம்பி வாழ்வது எல்லாம் விருந்து ஓம்பி வேளாண்மை செய்தற்பொருட்டு

இந்தக் குறளில் உள்ள கடினமான சொற்களும் அவற்றின் பொருளும்:

இருந்து => தங்கி

ஓம்பி => பேணி / பாதுகாத்து

இல் => வீட்டில் / இல்லற வாழ்க்கையில்

விருந்து => விருந்தினர்

வேளாண்மை => உதவி

செய்தற்பொருட்டு => செய்வதற்கு

எளிய உரை:

மக்கள் இல்லற வாழ்க்கையைப் பின்பற்றிப் பொருட்களைப் பாதுகாத்து வாழ்வது எதற்கு?

தங்களை நாடி வரும் விருந்தினர்களை நல்லமுறையில் கவனித்து உதவுவதற்குதான்.

குறள் எண்: 82

குறள்:

விருந்து புறத்ததாத் தான் உண்டல் சாவா
மருந்து எனினும் வேண்டற்பாற்று அன்று

இந்தக் குறளை எப்படி மாற்றிப் படிக்கவேண்டும்:

சாவா மருந்து எனினும் விருந்து புறத்ததாத் தான் உண்டல் வேண்டற்பாற்று அன்று

இந்தக் குறளில் உள்ள கடினமான சொற்களும் அவற்றின் பொருளும்:

விருந்து => விருந்தினர்

புறத்ததா => வெளியில் இருக்க

தான் உண்டல் => நாம்மட்டும் உண்ணுதல்

சாவா மருந்து => அமுதம்

எனினும் => என்றாலும்

வேண்டற்பாற்று அன்று => வேண்டியதில்லை

எளிய உரை:

இறப்பில்லாத வாழ்க்கையைத் தருகிற அமுதமே நமக்குக் கிடைத்தாலும் சரி, அதை நாம்மட்டும் தனியாக உண்ணக்கூடாது, பக்கத்தில் இருக்கும் விருந்தினர்களுக்குப் பகிர்ந்து கொடுத்து உண்ணவேண்டும்.

குறள் எண்: 83

குறள்:

வரு விருந்து வைகலும் ஓம்புவான் வாழ்க்கை
பருவந்து பாழ்படுதல் இன்று

இந்தக் குறளை எப்படி மாற்றிப் படிக்கவேண்டும்:

வைகலும் வரு விருந்து ஓம்புவான் வாழ்க்கை பருவந்து பாழ்படுதல் இன்று

இந்தக் குறளில் உள்ள கடினமான சொற்களும் அவற்றின் பொருளும்:

வரு விருந்து	=>	வருகின்ற விருந்தினர்
வைகலும்	=>	ஒவ்வொரு நாளும்
ஓம்புவான்	=>	பேணுவான் / கவனித்துக்கொள்வான்
பருவந்து	=>	துன்பப்பட்டு
பாழ்படுதல் இன்று	=>	பாழாவதில்லை

எளிய உரை:

நாள்தோறும் தன்னுடைய வீட்டுக்கு வரும் விருந்தினர்களை நல்ல முறையில் கவனித்து உதவுபவனுடைய வாழ்க்கை என்றைக்கும் பாழாகாது. (விருந்தினரை நன்றாகக் கவனித்துக்கொண்டால் நம் வாழ்க்கை சிறக்கும்.)

குறள் எண்: 84

குறள்:

அகன் அமர்ந்து செய்யாள் உறையும், முகன் அமர்ந்து
நல் விருந்து ஓம்புவான் இல்

இந்தக் குறளை எப்படி மாற்றிப் படிக்கவேண்டும்:

முகன் அமர்ந்து நல் விருந்து ஓம்புவான் இல் செய்யாள் அகன் அமர்ந்து உறையும்

இந்தக் குறளில் உள்ள கடினமான சொற்களும் அவற்றின் பொருளும்:

அகன் => உள்ளம் / மனம்

அமர்ந்து => மகிழ்ந்து

செய்யாள் => செம்மையான திருமகள் (லட்சுமி)

உறையும் => தங்குவார்

முகன் => முகம்

விருந்து => விருந்தினர்

ஓம்புவான் => பேணுவான் / கவனித்துக்கொள்வான்

இல் => வீடு

எளிய உரை:

தன்னுடைய வீட்டுக்கு வரும் விருந்தினர்களைப் பார்த்ததும் முகம் மலர்ந்து, அவர்களை வரவேற்று, அவர்களுக்கு வேண்டிய பணிவிடைகளைச் செய்து உதவுகிறவர்களைப் பார்த்துத் திருமகள் (லட்சுமி) என்னும் கடவுள் மகிழ்வார், அவர்கள் வீட்டில் நிரந்தரமாகத் தங்குவார். (விருந்தினர்களை நன்றாகக் கவனித்துக்கொண்டால் நம் வீட்டில் செல்வம் பெருகும்.)

குறள் எண்: 85

குறள்:

வித்தும் இடல் வேண்டும்கொல்லோ, விருந்து ஓம்பி
மிச்சில் மிசைவான் புலம்

இந்தக் குறளை எப்படி மாற்றிப் படிக்கவேண்டும்:

விருந்து ஓம்பி மிச்சில் மிசைவான் புலம் வித்தும் இடல் வேண்டும்கொல்லோ

இந்தக் குறளில் உள்ள கடினமான சொற்களும் அவற்றின் பொருளும்:

வித்து	=> விதை
இடல் வேண்டும்கொல்லோ	=> இடவேண்டுமா
விருந்து	=> விருந்தினர்
ஓம்பி	=> பேணி / கவனித்து
மிச்சில்	=> மீதி உள்ள உணவு
மிசைவான்	=> உண்ணுவான்
புலம்	=> வயல்

எளிய உரை:

ஒருவன் தன்னுடைய வீட்டுக்கு வரும் விருந்தினர்களை நன்கு கவனித்துக்கொள்கிறான், அவர்களுக்கு வேண்டிய அளவு உணவைப் பரிமாறுகிறான். அதன்பிறகு மீதியுள்ள உணவைத்தான் அவனும் அவனுடைய குடும்பத்தினரும் உண்கிறார்கள்.

அப்படிப்பட்டவனுடைய நிலத்தில் யாராவது விதை இடவேண்டுமா? (வேண்டியதில்லை. அது தானாக விளையும்! விருந்தினர்களை நன்றாகக் கவனித்துக்கொண்டால் நம் செல்வம் தானாகப் பெருகும்!)

குறள் எண்: 86

குறள்:

செல் விருந்து ஓம்பி, வரு விருந்து பார்த்து இருப்பான்
நல் விருந்து வானத்தவர்க்கு

இந்தக் குறளை எப்படி மாற்றிப் படிக்கவேண்டும்:

செல் விருந்து ஓம்பி, வரு விருந்து பார்த்து இருப்பான் வானத்தவர்க்கு நல் விருந்து

இந்தக் குறளில் உள்ள கடினமான சொற்களும் அவற்றின் பொருளும்:

செல் விருந்து => கிளம்பிச் செல்லும் விருந்தினர்

ஓம்பி => பேணி / கவனித்து

வரு விருந்து => வரும் விருந்தினர்

பார்த்து => எதிர்பார்த்து

வானத்தவர் => வானுலகில் வாழும் தேவர்கள்

எளிய உரை:

ஒருவன் தன்னுடைய வீட்டுக்கு வரும் விருந்தினர்கள் அனைவரையும் நன்கு கவனித்து வழியனுப்புகிறான். பிறகு, அடுத்து வரப்போகும் விருந்தினரை எதிர்பார்த்து அவர்களுக்குச் சேவை செய்ய ஆவலுடன் காத்திருக்கிறான். அப்படிப்பட்டவனைத் தேவர்கள்கூட வரவேற்றுப் பாராட்டுவார்கள்.

குறள் எண்: 87

குறள்:

இனைத் துணைத்து என்பது ஒன்று இல்லை விருந்தின்
துணைத் துணை வேள்விப் பயன்

இந்தக் குறளை எப்படி மாற்றிப் படிக்கவேண்டும்:

வேள்விப் பயன் இனைத் துணைத்து என்பது ஒன்று இல்லை, (வேள்விப் பயன்) விருந்தின் துணைத் துணை

இந்தக் குறளில் உள்ள கடினமான சொற்களும் அவற்றின் பொருளும்:

இனைத் துணைத்து => இந்த அளவானது

விருந்து => விருந்தினர்

துணைத் துணை => உதவிய அளவு

வேள்விப் பயன் => விருந்தோம்பல் என்னும் வேள்வியின் (யாகத்தின்) பயன்

எளிய உரை:

விருந்தோம்பல் என்பது ஒரு வேள்வியைப்போன்றது. அதன் பயன் இவ்வளவுதான் என்று யாராலும் வரையறுக்க இயலாது. நம் வீட்டுக்கு வருகிற விருந்தினர்களை நாம் எந்த அளவுக்கு நன்றாகக் கவனித்துக்கொள்கிறோமோ அந்த அளவுக்குப் பெரிய பயன் நமக்குக் கிடைக்கும்.

குறள் எண்: 88

குறள்:

பரிந்து ஓம்பிப் பற்று அற்றேம் என்பர், விருந்து ஓம்பி
வேள்வி தலைப்படாதார்

இந்தக் குறளை எப்படி மாற்றிப் படிக்கவேண்டும்:

விருந்து ஓம்பி வேள்வி தலைப்படாதார் பரிந்து ஓம்பிப் பற்று அற்றேம் என்பர்

இந்தக் குறளில் உள்ள கடினமான சொற்களும் அவற்றின் பொருளும்:

பரிந்து ஓம்பி => பரிவுடன் பேணி / காப்பாற்றி

பற்று => பற்றுக்கோடு / துணை

அற்றேம் => இழந்தோம்

என்பர் => என்பார்கள்

விருந்து => விருந்தினர்

ஓம்பி => பேணி / கவனித்து

வேள்வி தலைப்படாதார் => விருந்தோம்பல் என்னும் வேள்வியின் (யாகத்தின்) பயனைப் பெறாதவர்கள்

எளிய உரை:

விருந்தோம்பல் என்பது ஒரு வேள்வியைப்போன்றது. அந்த வேள்வியைச் செய்யாதவர்கள் (விருந்தினர்களை வரவேற்று நல்ல முறையில் கவனிக்காதவர்கள்) தங்கள் செல்வத்தை யாருக்காகவும் செலவிடாமல் அன்பாகக் காப்பாற்றுவார்கள், பின்னர் அதை இழந்து புலம்புவார்கள்.

குறள் எண்: 89

குறள்:

உடைமையுள் இன்மை விருந்து ஓம்பல் ஓம்பா
மடமை, மடவார்கண் உண்டு

இந்தக் குறளை எப்படி மாற்றிப் படிக்கவேண்டும்:

விருந்து ஓம்பல் ஓம்பா மடமை உடைமையுள் இன்மை. (விருந்து ஓம்பல் ஓம்பா மடமை) மடவார்கண் உண்டு

இந்தக் குறளில் உள்ள கடினமான சொற்களும் அவற்றின் பொருளும்:

உடைமை => செல்வம் கொண்டிருத்தல்

இன்மை => இல்லாமல் இருத்தல்

விருந்து => விருந்தினர்

ஓம்பல் => பேணுதல் / கவனித்துக்கொள்ளுதல்

ஓம்பா => பேணாமல் இருத்தல் / கவனித்துக் கொள்ளாமல் இருத்தல்

மடமை => அறியாமை

மடவார்கண் => அறிவில்லாதவர்களிடம்

எளிய உரை:

சிலரிடம் நிறையச் செல்வம் இருக்கும். ஆனால், அவர்கள் தங்களுடைய வீட்டுக்கு வரும் விருந்தினர்களை வரவேற்று நல்ல முறையில் கவனிக்கமாட்டார்கள். இதற்குக் காரணம், அவர்களுடைய அறியாமைதான்.

அப்படிப்பட்ட மனிதர்களிடம் எவ்வளவு செல்வம் இருந்து என்ன பயன்? அவர்கள் உண்மையில் ஏழைகள்தான், இருந்தும் இல்லாதவர்கள்தான்.

குறள் எண்: 90

குறள்:

மோப்பக் குழையும் அனிச்சம். முகம் திரிந்து
நோக்கக் குழையும் விருந்து

இந்தக் குறளை எப்படி மாற்றிப் படிக்கவேண்டும்:

மோப்ப, அனிச்சம் குழையும். முகம் திரிந்து நோக்க, விருந்து குழையும்

இந்தக் குறளில் உள்ள கடினமான சொற்களும் அவற்றின் பொருளும்:

மோப்ப => *முகர்ந்துபார்த்தால்*

குழையும் => *வாடும்*

திரிந்து => *மாறி*

நோக்க => *பார்த்தால்*

விருந்து => *விருந்தினர்*

எளிய உரை:

அனிச்ச மலர் மிகவும் மென்மையானது. அதை யாராவது முகர்ந்துபார்த்தால்கூட அது வாடிவிடும்.

விருந்தினர்களும் அதைப்போலதான். அவர்களை நாம் அன்பாகப் பார்க்காமல் முகம் மாறி வேறுவிதமாகப் பார்த்தால் அந்தக் கணமே அவர்கள் வாடிப்போவார்கள். (விருந்தினர்களை முகத்தில் உண்மையான சிரிப்புடன், அன்புடன் வரவேற்றுக் கவனித்துக்கொள்ளவேண்டும்.)

அதிகாரம் 10: இனியவை கூறல் (இனியவற்றைப் பேசுதல்)

குறள் எண்: 91

குறள்:

இன் சொலால், ஈரம் அளைஇப் படிறு இலவாம்
செம்பொருள் கண்டார் வாய்ச் சொல்

இந்தக் குறளை எப்படி மாற்றிப் படிக்கவேண்டும்:

இன் சொலால், ஈரம் அளைஇப் படிறு இலவாம் செம்பொருள் கண்டார் வாய்ச் சொல்

இந்தக் குறளில் உள்ள கடினமான சொற்களும் அவற்றின் பொருளும்:

இன் சொலால் => இனிய சொற்கள் எனப்படுகிறவை எவை என்றால்

ஈரம் => அன்பு

அளைஇ => கலந்து

படிறு => வஞ்சனை

இலவாம் => இல்லாதவை

செம்பொருள் => செம்மையான உயர்ந்த பொருள் (அறம்)

கண்டார் => கண்டவர்

வாய்ச் சொல் => சொல்லுகின்ற சொற்கள்

எளிய உரை:

அன்பைக் கலந்து, வஞ்சனை இல்லாமல், உயர்வான அறத்தை உணர்ந்து பேசப்படுகிற உண்மையான சொற்கள்தான் இனிய சொற்கள்.

குறள் எண்: 92

குறள்:

அகன் அமர்ந்து ஈதலின் நன்றே முகன் அமர்ந்து
இன் சொலன் ஆகப் பெறின்

இந்தக் குறளை எப்படி மாற்றிப் படிக்கவேண்டும்:

முகன் அமர்ந்து இன் சொலன் ஆகப் பெறின், அகன் அமர்ந்து ஈதலின் நன்றே

இந்தக் குறளில் உள்ள கடினமான சொற்களும் அவற்றின் பொருளும்:

அகன் அமர்ந்து => *உள்ளம் மகிழ்ந்து*

ஈதலின் => *கொடுப்பதைவிட*

முகன் அமர்ந்து => *முகம் மலர்ந்து*

இன் சொலன் ஆகப் பெறின் => *இனிய சொற்களைப் பேசுபவராக ஆவது*

எளிய உரை:

ஒருவர் நம்மிடம் ஏதாவது உதவி கேட்கும்போது, முக மலர்ச்சியுடன் அவருக்கு உதவுவது நல்லது. அந்த உதவியைச் சிரித்த முகத்தோடு, நல்ல சொற்களைப் பேசியபடி செய்தால் இன்னும் நல்லது.

குறள் எண்: 93

குறள்:

முகத்தான் அமர்ந்து, இனிது நோக்கி, அகத்தான் ஆம்
இன் சொலினதே அறம்

இந்தக் குறளை எப்படி மாற்றிப் படிக்கவேண்டும்:

முகத்தான் அமர்ந்து, இனிது நோக்கி, அகத்தான் ஆம் இன் சொலினதே அறம்

இந்தக் குறளில் உள்ள கடினமான சொற்களும் அவற்றின் பொருளும்:

முகத்தான் => முகத்தால்

அமர்ந்து => மலர்ந்து

நோக்கி => பார்த்து

அகத்தான் ஆம் => உள்ளத்தில் பொருந்திய

இன் சொலினதே => இனிய சொற்களைச் சொல்லுவதுதான்

எளிய உரை:

எல்லாரையும் முகமலர்ச்சியுடன் இனிமையாகப் பார்க்க வேண்டும், இனிய சொற்களை மனமாரப் பேசவேண்டும். அதுதான் உயர்ந்த அறம்.

குறள் எண்: 94

குறள்:

> துன்புறூஉம் துவ்வாமை இல் ஆகும், யார்மாட்டும்
> இன்புறூஉம் இன் சொலவர்க்கு

இந்தக் குறளை எப்படி மாற்றிப் படிக்கவேண்டும்:

யார்மாட்டும் இன்புறூஉம் இன் சொலவர்க்குத் துன்புறூஉம் துவ்வாமை இல் ஆகும்

இந்தக் குறளில் உள்ள கடினமான சொற்களும் அவற்றின் பொருளும்:

துன்புறூஉம் => துன்பத்தைக் கொடுக்கிற

துவ்வாமை => வறுமை

இல் ஆகும் => இருக்காது

யார்மாட்டும் => யாரிடமும்

இன்புறூஉம் => இன்பத்தைக் கொடுக்கிற

இன் சொலவர்க்கு => இனிய சொற்களைப் பேசுகிறவர்களுக்கு

எளிய உரை:

எல்லாரிடமும் இனிமையாகப் பேசி அவர்களை மகிழ்ச்சிப்படுத்தும் மனிதர்களுடைய வாழ்க்கையில் துன்பமோ, வறுமையோ வராது.

குறள் எண்: 95

குறள்:

பணிவு உடையன், இன் சொலன் ஆதல் ஒருவற்கு
அணி, அல்ல மற்றுப் பிற

இந்தக் குறளை எப்படி மாற்றிப் படிக்கவேண்டும்:

ஒருவற்கு அணி, பணிவு உடையன், இன் சொலன் ஆதல். மற்றுப் பிற (அணி) அல்ல

இந்தக் குறளில் உள்ள கடினமான சொற்களும் அவற்றின் பொருளும்:

உடையன் => உடையவன்

இன் சொலன் => இனிய சொற்களைப் பேசுகிறவன்

ஆதல் => ஆக இருத்தல்

ஒருவற்கு => ஒருவருக்கு

அணி => அழகு

மற்றுப் பிற => மற்றவை

எளிய உரை:

நகையிலோ, உடையிலோ, மற்ற பொருட்களிலோ அழகு இல்லை. எல்லாரிடமும் பணிவுடன் நடந்துகொள்வதும் இனிய சொற்களைப் பேசுவதும்தான் உண்மையான அழகு.

குறள் எண்: 96

குறள்:

அல்லவை தேய அறம் பெருகும், நல்லவை
நாடி இனிய சொலின்

இந்தக் குறளை எப்படி மாற்றிப் படிக்கவேண்டும்:

நல்லவை நாடி இனிய சொலின் அல்லவை தேய அறம் பெருகும்

இந்தக் குறளில் உள்ள கடினமான சொற்களும் அவற்றின் பொருளும்:

அல்லவை => தீயவை

நாடி => தேடிச் சென்று

இனிய => இனிய சொற்கள்

சொலின் => சொன்னால்

எளிய உரை:

எப்போதும் நல்லவற்றையே தேடுங்கள், இனியவற்றையே பேசுங்கள், அப்படிச் செய்தால் உங்கள் வாழ்க்கையில் தீமை தேயும், அறம் பெருகும்.

குறள் எண்: 97

குறள்:

> நயன் ஈன்று நன்றி பயக்கும், பயன் ஈன்று
> பண்பின் தலைப்பிரியாச் சொல்

இந்தக் குறளை எப்படி மாற்றிப் படிக்கவேண்டும்:

> பயன் ஈன்று பண்பின் தலைப்பிரியாச் சொல் நயன் ஈன்று நன்றி பயக்கும்

இந்தக் குறளில் உள்ள கடினமான சொற்களும் அவற்றின் பொருளும்:

நயன்	=> விரும்பப்படுதல்
ஈன்று	=> வழங்கி
நன்றி	=> நன்மை
பயக்கும்	=> உண்டாக்கும்
பண்பின் தலைப்பிரியா	=> பண்பிலிருந்து விலகாத

எளிய உரை:

எப்போதும் பயனுள்ள, பண்பான சொற்களைமட்டுமே பேசுங்கள். அப்படிப் பேசினால் எல்லாரும் உங்களை விரும்புவார்கள், பல நன்மைகள் உண்டாகும்.

குறள் எண்: 98

குறள்:

சிறுமையுள் நீங்கிய இன் சொல் மறுமையும்
இம்மையும் இன்பம் தரும்

இந்தக் குறளை எப்படி மாற்றிப் படிக்கவேண்டும்:

சிறுமையுள் நீங்கிய இன் சொல் மறுமையும் இம்மையும் இன்பம் தரும்

இந்தக் குறளில் உள்ள கடினமான சொற்களும் அவற்றின் பொருளும்:

சிறுமையுள் நீங்கிய => சிறுமை இல்லாத

இன் சொல் => இனிய சொல்

மறுமை => மறுபிறப்பு

இம்மை => இந்தப் பிறப்பு

எளிய உரை:

சிறுமைத்தனம் இல்லாத இனிய சொற்களைப் பேசினால் இந்தப் பிறவியிலும் இனி வரும் பிறவிகளிலும் இன்பம் பெருகும்.

குறள் எண்: 99

குறள்:

இன் சொல் இனிது ஈன்றல் காண்பான் எவன்கொலோ
வன் சொல் வழங்குவது

இந்தக் குறளை எப்படி மாற்றிப் படிக்கவேண்டும்:

இன் சொல் இனிது ஈன்றல் காண்பான் வன் சொல் வழங்குவது எவன்கொலோ

இந்தக் குறளில் உள்ள கடினமான சொற்களும் அவற்றின் பொருளும்:

இன் சொல் => இனிய சொற்கள்

ஈன்றல் => வழங்குதல்

காண்பான் => காண்பவன் / பார்ப்பவன்

எவன்கொலோ => ஏனோ

வன் சொல் => வலிமையான சொற்கள் / கடுமையான சொற்கள்

வழங்குவது => பேசுவது

எளிய உரை:

இனிய சொற்களைப் பேசினால் வாழ்க்கையில் இனிமை உண்டாகும். சிலர் இந்த உண்மையை அறிந்திருந்தும் பிறரிடம் கடினமான சொற்களைப் பேசுகிறார்கள். இது ஏன்?

குறள் எண்: 100

குறள்:

இனிய உள ஆக இன்னாத கூறல்
கனி இருப்பக் காய் கவர்ந்து அற்று

இந்தக் குறளை எப்படி மாற்றிப் படிக்கவேண்டும்:

இனிய உள ஆக இன்னாத கூறல் கனி இருப்பக் காய் கவர்ந்து அற்று

இந்தக் குறளில் உள்ள கடினமான சொற்களும் அவற்றின் பொருளும்:

இனிய => இனிய சொற்கள்

உள ஆக => இருக்க

இன்னாத => தீய சொற்கள்

கூறல் => பேசுதல்

இருப்ப => இருக்க

கவர்ந்து அற்று => ஏற்றுக்கொள்வதைப் போன்றது

எளிய உரை:

இனிய சொற்கள் இனிப்பான பழத்தைப்போன்றவை. தீய சொற்கள் பழுக்காத காயைப்போன்றவை. யாராவது பழம் இருக்கும்போது காயை உண்பார்களா?

அதிகாரம் 11: செய்ந்நன்றி அறிதல் (பிறர் நமக்குச் செய்த நல்லவற்றை நினைவில் வைத்திருத்தல்)

குறள் எண்: 101

குறள்:

செய்யாமல் செய்த உதவிக்கு வையகமும்
வானகமும் ஆற்றல் அரிது

இந்தக் குறளை எப்படி மாற்றிப் படிக்கவேண்டும்:

செய்யாமல் செய்த உதவிக்கும் வையகமும் வானகமும் ஆற்றல் அரிது

இந்தக் குறளில் உள்ள கடினமான சொற்களும் அவற்றின் பொருளும்:

வையகம் => *உலகம்*

வானகம் => *வானுலகம்*

ஆற்றல் => *இணையாக அமைதல்*

அரிது => *அரியது / இயலாதது*

எளிய உரை:

நாம் ஒருவருக்கு எந்த உதவியும் செய்யவில்லை. ஆனாலும் அவர் வலிய வந்து நமக்கு உதவுகிறார். அப்படியானால், அவருடைய அந்த உதவி மிகவும் உயர்வானது, பூமியையும், வானத்தையும்விடப் பெரியது.

குறள் எண்: 102

குறள்:

காலத்தினால் செய்த நன்றி சிறிது எனினும்
ஞாலத்தின் மாணப் பெரிது

இந்தக் குறளை எப்படி மாற்றிப் படிக்கவேண்டும்:

காலத்தினால் செய்த நன்றி சிறிது எனினும் ஞாலத்தின் மாணப் பெரிது

இந்தக் குறளில் உள்ள கடினமான சொற்களும் அவற்றின் பொருளும்:

காலத்தினால்	=>	சரியான நேரத்தில்
நன்றி	=>	நல்ல செயல் / நன்மை
எனினும்	=>	என்றாலும்
ஞாலத்தின்	=>	உலகத்தைவிட
மாண	=>	மிகவும்

எளிய உரை:

சரியான நேரத்தில் செய்யப்படுகிற உதவி மிகவும் உயர்வானது. அது பார்ப்பதற்குச் சிறிய உதவியாகத் தோன்றினாலும், உண்மையில் இந்த உலகத்தைவிடப் பெரியது.

குறள் எண்: 103

குறள்:

பயன் தூக்கார் செய்த உதவி, நயன் தூக்கின்,
நன்மை கடலின் பெரிது

இந்தக் குறளை எப்படி மாற்றிப் படிக்கவேண்டும்:

பயன் தூக்கார் செய்த உதவி, நயன் தூக்கின், நன்மை கடலின் பெரிது

இந்தக் குறளில் உள்ள கடினமான சொற்களும் அவற்றின் பொருளும்:

பயன் தூக்கார் => பயனை எண்ணாதவர்

நயன் => தன்மை / நன்மை

தூக்கின் => ஆராய்ந்தால் / எண்ணினால்

கடலின் => கடலைவிட

எளிய உரை:

இவருக்கு உதவி செய்தால் நமக்கு என்ன கிடைக்கும் என்றெல்லாம் சிந்திக்காமல், எந்தப் பயனையும் எதிர்பார்க்காமல் ஒருவர் நமக்கு உதவுகிறார் என்றால், அந்த உதவி கடலைவிடப் பெரியது.

குறள் எண்: 104

குறள்:

தினைத்துணை நன்றி செயினும் பனைத்துணையாக்
கொள்வர் பயன் தெரிவார்

இந்தக் குறளை எப்படி மாற்றிப் படிக்கவேண்டும்:

தினைத்துணை நன்றி செயினும் பயன் தெரிவார் பனைத்துணையாக் கொள்வர்

இந்தக் குறளில் உள்ள கடினமான சொற்களும் அவற்றின் பொருளும்:

தினைத்துணை => தினையளவு (மிகக் குறைவான அளவு)

நன்றி செயினும் => நன்மை செய்தாலும்

பனைத்துணையாக் கொள்வர் => பனை அளவாக (மிகக் கூடுதலான அளவாக) எடுத்துக்கொள்வார்கள்

தெரிவார் => அறிந்தவர்கள்

எளிய உரை:

ஒருவர் நமக்குச் செய்த உதவி சிறியதா, பெரியதா என்றெல்லாம் கணக்குப் போடக்கூடாது. தினையளவு உதவியையும் பனையளவாக நினைத்து நன்றியுடன் இருக்கவேண்டும்.

குறள் எண்: 105

குறள்:

உதவி வரைத்து அன்று உதவி, உதவி
செயப்பட்டார் சால்பின் வரைத்து

இந்தக் குறளை எப்படி மாற்றிப் படிக்கவேண்டும்:

உதவி, உதவி வரைத்து அன்று, உதவி செயப்பட்டார் சால்பின் வரைத்து

இந்தக் குறளில் உள்ள கடினமான சொற்களும் அவற்றின் பொருளும்:

உதவி வரைத்து அன்று => உதவியின் அளவைப் பொறுத்தது இல்லை

உதவி செயப்பட்டார் => உதவியைப் பெற்றுக் கொண்டவர்

சால்பின் வரைத்து => நற்குணத்தின் அளவைப் பொறுத்தது

எளிய உரை:

நல்லவர்கள் யாரிடமாவது சிறிய உதவியைப் பெற்றுக் கொண்டால்கூட, பதிலுக்கு அவர்களுக்கு ஒரு பெரிய உதவியைச் செய்வார்கள். ஏனென்றால், பதில் உதவி என்பது 'பத்து ரூபாய்க்குப் பத்து ரூபாய் சரியாகிவிட்டது' என்கிற வணிகக் கணக்கு இல்லை, அது நம் நற்பண்பைப் பொறுத்தது. (பிறர் நமக்குச் செய்த உதவிக்கு எப்போதும் நன்றியுடன் இருக்கவேண்டும், அவர்கள் செய்ததைவிடக் கூடுதலாகத் திருப்பிச் செய்யவேண்டும்.)

குறள் எண்: 106

குறள்:

மறவற்க மாசு அற்றார் கேண்மை. துறவற்க
துன்பத்துள் துப்பு ஆயார் நட்பு

இந்தக் குறளை எப்படி மாற்றிப் படிக்கவேண்டும்:

மாசு அற்றார் கேண்மை மறவற்க. துன்பத்துள் துப்பு ஆயார் நட்பு துறவற்க

இந்தக் குறளில் உள்ள கடினமான சொற்களும் அவற்றின் பொருளும்:

மறவற்க => மறக்கவேண்டாம்

மாசு அற்றார் => குற்றம் இல்லாதவர்

கேண்மை => நட்பு

துறவற்க => துறக்கவேண்டாம் / விடவேண்டாம்

துன்பத்துள் => துன்பம் வரும்போது

துப்பு ஆயார் => துணை நின்றவர் / உதவி செய்தவர்

எளிய உரை:

குற்றமற்றவர்களுடைய நட்பை எப்போதும் மறந்துவிடாதீர்கள். நமக்குத் துன்பம் வரும்போது உதவியவர்களுடைய நட்பை எப்போதும் விட்டுவிடாதீர்கள்.

குறள் எண்: 107

குறள்:

எழுமை எழு பிறப்பும் உள்ளுவர், தம்கண்
விழுமம் துடைத்தவர் நட்பு

இந்தக் குறளை எப்படி மாற்றிப் படிக்கவேண்டும்:

தம்கண் விழுமம் துடைத்தவர் நட்பு எழுமை எழு பிறப்பும் உள்ளுவர்

இந்தக் குறளில் உள்ள கடினமான சொற்களும் அவற்றின் பொருளும்:

எழுமை எழு பிறப்பு => எழுகின்ற பல பிறவிகள்

உள்ளுவர் => எண்ணுவார்கள்

தம்கண் => தம்மிடம்

விழுமம் => துன்பம்

துடைத்தவர் => நீக்கியவர்

எளிய உரை:

துன்பத்தில் தவிக்கிற ஒருவர் அந்தத் துன்பத்தை நீக்கித் தனக்கு உதவியவர்களை எப்போதும் நன்றியுடன் நினைப்பார், எத்தனை பிறவி எடுத்தாலும் அவர்களை மறக்கமாட்டார்.

குறள் எண்: 108

குறள்:

நன்றி மறப்பது நன்று அன்று. நன்று அல்லது
அன்றே மறப்பது நன்று

இந்தக் குறளை எப்படி மாற்றிப் படிக்கவேண்டும்:

நன்றி மறப்பது நன்று அன்று. நன்று அல்லது அன்றே மறப்பது நன்று

இந்தக் குறளில் உள்ள கடினமான சொற்களும் அவற்றின் பொருளும்:

நன்று அன்று => நல்லது இல்லை

நன்று அல்லது => நல்லதாக இல்லாதவை / தீயவை

நன்று => நல்லது

எளிய உரை:

பிறர் நமக்குச் செய்யும் உதவிகளை நாம் எப்போதும் மறக்கக்கூடாது.

பிறர் நமக்குச் செய்யும் கெடுதல்களை நாம் உடனடியாக மறந்துவிடவேண்டும்.

குறள் எண்: 109

குறள்:

> **கொன்று அன்ன இன்னா செயினும் அவர் செய்த**
> **ஒன்று நன்று உள்ளக் கெடும்**

இந்தக் குறளை எப்படி மாற்றிப் படிக்கவேண்டும்:

> **அவர் கொன்று அன்ன இன்னா செயினும், (அவர்) செய்த நன்று ஒன்று உள்ள (இன்னா) கெடும்**

இந்தக் குறளில் உள்ள கடினமான சொற்களும் அவற்றின் பொருளும்:

கொன்று அன்ன	=>	கொலை செய்வதைப் போன்ற
இன்னா செயினும்	=>	தீமை செய்தாலும்
நன்று	=>	நல்லது
உள்ள	=>	நினைக்க
கெடும்	=>	அழியும்

எளிய உரை:

இவ்வுலகில் யாரும் தவறு செய்யக்கூடும். ஒருவர் கொலைக் குற்றத்தைப்போன்ற மிகப் பெரிய தீமையைச் செய்தாலும் சரி, அவரை வெறுக்காதீர்கள். அவர் இதற்குமுன் செய்த நல்ல செயல் ஒன்றை எண்ணிப் பாருங்கள், அவர்மீது இருக்கும் வெறுப்பு உடனடியாக மறைந்துவிடும்.

குறள் எண்: 110

குறள்:

எந்நன்றி கொன்றார்க்கும் உய்வு உண்டாம். உய்வு இல்லை
செய்ந்நன்றி கொன்ற மகற்கு

இந்தக் குறளை எப்படி மாற்றிப் படிக்கவேண்டும்:

எந்நன்றி கொன்றார்க்கும் உய்வு உண்டாம். செய்ந்நன்றி கொன்ற மகற்கு உய்வு இல்லை

இந்தக் குறளில் உள்ள கடினமான சொற்களும் அவற்றின் பொருளும்:

எந்நன்றி => எந்த நன்றி / நன்மை

கொன்றார்க்கு => மறந்தவர்க்கு

உய்வு => தப்பும் வழி

செய்ந்நன்றி => பிறர் நமக்குச் செய்த நன்மை

கொன்ற => மறந்த

மகற்கு => மகனுக்கு / மனிதருக்கு

எளிய உரை:

எதை மறந்தாலும் பரவாயில்லை, பிறர் நமக்குச் செய்த உதவியைமட்டும் எப்போதும் மறக்கக்கூடாது. அப்படி மறந்தவன் நன்றாக வாழமாட்டான்.

அதிகாரம் 12: நடுவு நிலைமை
(நடுநிலையுடன் நடந்துகொள்ளுதல்)

குறள் எண்: 111

குறள்:

தகுதி என ஒன்று நன்றே, பகுதியால்
பாற்பட்டு ஒழுகப்பெறின்

இந்தக் குறளை எப்படி மாற்றிப் படிக்கவேண்டும்:

பகுதியால் பாற்பட்டு ஒழுகப்பெறின் தகுதி என ஒன்று நன்றே

இந்தக் குறளில் உள்ள கடினமான சொற்களும் அவற்றின் பொருளும்:

தகுதி	=>	*நடுநிலை எனப்படும் தகுதி*
பகுதியால்	=>	*பலவகை மக்களிடம்*
பாற்பட்டு	=>	*முறையாக*
ஒழுகப்பெறின்	=>	*நடந்துகொண்டால்*

எளிய உரை:

நாம் பலதரப்பட்ட மக்களிடம் பழகுகிறோம். அவர்கள் எல்லாரிடமும் நாம் முறையாக நடந்துகொண்டால், நடுநிலை என்னும் நல்ல தகுதியைப் பெறுவோம்.

குறள் எண்: 112

குறள்:

செப்பம் உடையவன் ஆக்கம் சிதைவு இன்றி
எச்சத்திற்கு ஏமாப்பு உடைத்து

இந்தக் குறளை எப்படி மாற்றிப் படிக்கவேண்டும்:

செப்பம் உடையவன் ஆக்கம் சிதைவு இன்றி எச்சத்திற்கு ஏமாப்பு உடைத்து

இந்தக் குறளில் உள்ள கடினமான சொற்களும் அவற்றின் பொருளும்:

செப்பம் => நடுநிலை எனப்படும் சிறப்பு

ஆக்கம் => செல்வம்

சிதைவு இன்றி => அழியாமல்

எச்சத்திற்கு => அவனுடைய வழியில் வரும் பிள்ளைகளுக்கு

ஏமாப்பு உடைத்து => பாதுகாப்பாக அமையும்

எளிய உரை:

நடுநிலை எனப்படும் சிறப்பை உடையவனுடைய செல்வம் எப்போதும் அழியாது, அவனுடைய பிள்ளைகள், பேரப்பிள்ளைகளையெல்லாம் பாதுகாக்கும்.

குறள் எண்: 113

குறள்:

நன்றே தரினும் நடுவு இகந்து ஆம் ஆக்கத்தை
அன்றே ஒழியவிடல்

இந்தக் குறளை எப்படி மாற்றிப் படிக்கவேண்டும்:

நடுவு இகந்து ஆம் ஆக்கம் நன்றே தரினும் (நடுவு இகந்து ஆம் ஆக்கத்தை) அன்றே ஒழியவிடல்

இந்தக் குறளில் உள்ள கடினமான சொற்களும் அவற்றின் பொருளும்:

நன்றே => நல்லதையே

தரினும் => தந்தாலும்

நடுவு => நடுநிலை

இகந்து => விட்டுத்தந்து

ஆம் ஆக்கம் => பெறுகிற செல்வம்

ஒழியவிடல் => விட்டுவிடவேண்டும்

எளிய உரை:

நாம் எப்போதும் நடுநிலையுடன் நடந்துகொள்ளவேண்டும். நடுநிலையிலிருந்து விலகுவதால் எவ்வளவு பெரிய செல்வம் கிடைத்தாலும் சரி, அந்தச் செல்வம் நமக்கு வேண்டாம்.

குறள் எண்: 114

குறள்:

தக்கார், தகவு இலர் என்பது அவரவர்
எச்சத்தால் காணப்படும்

இந்தக் குறளை எப்படி மாற்றிப் படிக்கவேண்டும்:

தக்கார், தகவு இலர் என்பது அவரவர் எச்சத்தால் காணப்படும்

இந்தக் குறளில் உள்ள கடினமான சொற்களும் அவற்றின் பொருளும்:

தக்கார் => நடுநிலை என்னும் தகுதி உள்ளவர்

தகவு இலர் => நடுநிலை என்னும் தகுதி இல்லாதவர்

எச்சம் => அவருக்குப்பின் எஞ்சி நிற்கும் புகழ் அல்லது இழிவு

காணப்படும் => தெரியவரும்

எளிய உரை:

ஒருவர் நடுநிலையோடு நடக்கிறாரா இல்லையா என்பதை எப்படித் தெரிந்துகொள்வது?

அவருக்குப்பின் அவரைப்பற்றி வரலாறு என்ன சொல்கிறது என்பதைப் பார்த்தால் போதும்! (நடுநிலையாளர்களை வரலாறு போற்றும், நடுநிலை மீறியவர்களை இகழும்.)

குறள் எண்: 115

குறள்:

கேடும் பெருக்கமும் இல் அல்ல. நெஞ்சத்துக்
கோடாமை சான்றோர்க்கு அணி

இந்தக் குறளை எப்படி மாற்றிப் படிக்கவேண்டும்:

கேடும் பெருக்கமும் இல் அல்ல. சான்றோர்க்கு நெஞ்சத்துக் கோடாமை அணி

இந்தக் குறளில் உள்ள கடினமான சொற்களும் அவற்றின் பொருளும்:

கேடு => கெடுதல்

பெருக்கம் => வளர்தல்

இல் அல்ல => இல்லாமல் இருப்பதில்லை / இருக்கின்றன

நெஞ்சத்து => உள்ளத்தால்

கோடாமை => ஒரு பக்கம் சாயாமல் நடுநிலையுடன் இருத்தல்

சான்றோர் => சிறந்த மனிதர்கள்

அணி => அழகு

எளிய உரை:

செல்வம் இன்றைக்குப் போகும், நாளைக்கு வரும். அதனால், நம்மிடம் செல்வம் இல்லையே என்று அஞ்சி நடுநிலையிலிருந்து விலகிவிடாதீர்கள். எந்தச் சூழ்நிலையிலும் மனத்துக்குள் நடுநிலை மாறாமல் இருப்பதுதான் சிறந்தவர்களுக்கு அழகு.

குறள் எண்: 116

குறள்:

கெடுவல் யான் என்பது அறிக, தன் நெஞ்சம்
நடுவு ஒரீஇ அல்ல செயின்

இந்தக் குறளை எப்படி மாற்றிப் படிக்கவேண்டும்:

தன் நெஞ்சம் நடுவு ஒரீஇ அல்ல செயின், 'யான் கெடுவல்' என்பது அறிக

இந்தக் குறளில் உள்ள கடினமான சொற்களும் அவற்றின் பொருளும்:

கெடுவல்	=>	கெடுவேன்
யான்	=>	நான்
அறிக	=>	அறிந்துகொள்ளுங்கள்
நடுவு	=>	நடுநிலை
ஒரீஇ	=>	விட்டு
அல்ல செயின்	=>	தீயவற்றைச் செய்தால்

எளிய உரை:

ஒருவனுடைய நெஞ்சம் நடுநிலையிலிருந்து விலகினால், தீமைகளைச் செய்யத் தொடங்கினால, அது தன்னுடைய அழிவின் தொடக்கம் என்று அவன் அறிந்துகொள்ளவேண்டும், தன்னைத் திருத்திக்கொள்ளவேண்டும்.

குறள் எண்: 117

குறள்:

கெடுவாக வையாது உலகம், நடுவாக
நன்றிக்கண் தங்கியான் தாழ்வு

இந்தக் குறளை எப்படி மாற்றிப் படிக்கவேண்டும்:

நடுவாக நன்றிக்கண் தங்கியான் தாழ்வு உலகம் கெடுவாக வையாது

இந்தக் குறளில் உள்ள கடினமான சொற்களும் அவற்றின் பொருளும்:

கெடுவாக வையாது => கெடுதலாக நினைக்காது

நடுவாக => நடுநிலையில்

நன்றிக்கண் => நன்மையில் / அறத்தில்

தங்கியான் => தங்கியவன்

எளிய உரை:

நடுநிலையோடு செயல்படுகிற ஒருவன், எப்போதும் நல்லவற்றைச் செய்கிற ஒருவனுக்கு ஏதாவது தாழ்வு ஏற்பட்டாலும் உலகம் அதைப் பெரிதாகக் கருதாது. (நடுநிலையோடு செயல்படுகிறவனை உலகம் எப்போதும் மதிக்கும்.)

குறள் எண்: 118

குறள்:

சமன் செய்து சீர்தூக்கும் கோல்போல் அமைந்து ஒருபால்
கோடாமை சான்றோர்க்கு அணி

இந்தக் குறளை எப்படி மாற்றிப் படிக்கவேண்டும்:

சான்றோர்க்கு, சமன் செய்து சீர்தூக்கும் கோல்போல் அமைந்து ஒருபால் கோடாமை அணி

இந்தக் குறளில் உள்ள கடினமான சொற்களும் அவற்றின் பொருளும்:

சமன் செய்து	=> சமநிலையை உண்டாக்கி
சீர்தூக்கும் கோல்	=> சிறப்பை எடைபோட்டுப் பார்க்கும் தராசு
ஒருபால் கோடாமை	=> ஒரு பக்கம் சாயாமல் இருத்தல்
சான்றோர்	=> சிறந்தவர்
அணி	=> அழகு

எளிய உரை:

சிறந்த மனிதர்கள் எடை போடும் தராசைப் போன்றவர்கள். அவர்கள் எப்போதும் சமநிலையோடு இருப்பார்கள், ஏதாவது ஒரு பக்கமாகச் சாய்ந்துவிடமாட்டார்கள். அதுதான் அவர்களுடைய அழகு.

குறள் எண்: 119

குறள்:

> சொல் கோட்டம் இல்லது செப்பம், ஒரு தலையா
> உள் கோட்டம் இன்மை பெறின்

இந்தக் குறளை எப்படி மாற்றிப் படிக்கவேண்டும்:

> ஒரு தலையா உள் கோட்டம் இன்மை பெறின் சொல் கோட்டம் இல்லது செப்பம்

இந்தக் குறளில் உள்ள கடினமான சொற்களும் அவற்றின் பொருளும்:

கோட்டம்	=> கோணுதல் / வளைதல் / சாய்தல்
இல்லது	=> இல்லாமல் இருப்பது
செப்பம்	=> நடுநிலை
ஒரு தலையா	=> ஒரு பக்கமாக
உள்	=> உள்ளம்
இன்மை பெறின்	=> இல்லாமல் இருந்தால்

எளிய உரை:

நம்முடைய நெஞ்சம் ஒரு பக்கமாகச் சாயக்கூடாது, நம் சொற்களும் ஒரு பக்கமாகச் சாயக்கூடாது, அதுதான் உண்மையான நடுநிலை.

குறள் எண்: 120

குறள்:

வாணிகம் செய்வார்க்கு வாணிகம், பேணிப்
பிறவும் தமபோல் செயின்

இந்தக் குறளை எப்படி மாற்றிப் படிக்கவேண்டும்:

வாணிகம் செய்வார் பிறவும் தமபோல் பேணிச் செயின், (வாணிகம் செய்வார்க்கு) வாணிகம்

இந்தக் குறளில் உள்ள கடினமான சொற்களும் அவற்றின் பொருளும்:

வாணிகம் => வணிகம்

பேணி => பாதுகாத்து

பிறவும் => பிறருடைய பொருட்களையும்

தமபோல் செயின் => தம்முடையவற்றைப்போல் பாதுகாத்தால்

எளிய உரை:

வணிகத்தில் ஈடுபடுகிற ஒருவன் மற்றவர்களுடைய பொருட்களையும் தன்னுடைய பொருளைப்போல் கருதி அக்கறையோடு பாதுகாக்கவேண்டும். அப்படிச் செய்தால், அவனுடைய வணிகம் செழித்து வளரும்.

அதிகாரம் 13: அடக்கம் உடைமை (பணிவுடன் வாழுதல்)

குறள் எண்: 121

குறள்:

அடக்கம் அமரருள் உய்க்கும். அடங்காமை
ஆர் இருள் உய்த்துவிடும்

இந்தக் குறளை எப்படி மாற்றிப் படிக்கவேண்டும்:

அடக்கம் அமரருள் உய்க்கும். அடங்காமை ஆர் இருள் உய்த்துவிடும்

இந்தக் குறளில் உள்ள கடினமான சொற்களும் அவற்றின் பொருளும்:

அடக்கம் => பணிவு

அமரருள் உய்க்கும் => வானுலகில் வாழும் தேவர்களிடம் சேர்க்கும்

அடங்காமை => அடக்கம் இன்மை / பணிவின்மை

ஆர் இருள் உய்த்துவிடும் => கடினமான இருளில் சேர்த்துவிடும்

எளிய உரை:

பணிவோடு வாழ்கிறவன் நன்றாக உயர்வான், தேவர்களுக்கு இணையாக மதிக்கப்படுவான். பணிவற்றுத் திரிகிறவன் இருட்டில் விழுந்து அழிவான்.

குறள் எண்: 122

குறள்:

காக்க பொருளா அடக்கத்தை. ஆக்கம்
அதனின் ஊங்கு இல்லை உயிர்க்கு

இந்தக் குறளை எப்படி மாற்றிப் படிக்கவேண்டும்:

அடக்கத்தைப் பொருளாக் காக்க. உயிர்க்கு அதனின் ஊங்கு ஆக்கம் இல்லை

இந்தக் குறளில் உள்ள கடினமான சொற்களும் அவற்றின் பொருளும்:

காக்க => காப்பாற்றுங்கள்

பொருளா => பொருளாக

அடக்கத்தை => பணிவை

ஆக்கம் => செல்வம்

அதனின் ஊங்கு => அதைவிடச் சிறந்த

எளிய உரை:

மனித உயிருக்கு அடக்கத்தைவிடச் சிறந்த செல்வம் எதுவும் இல்லை. அதனால், அந்த நல்ல பண்பை எப்படியாவது உண்டாக்கிக்கொள்ளவேண்டும், காப்பாற்றிக்கொள்ளவேண்டும்.

குறள் எண்: 123

குறள்:

. செறிவு அறிந்து சீர்மை பயக்கும், அறிவு அறிந்து
ஆற்றின் அடங்கப்பெறின்

இந்தக் குறளை எப்படி மாற்றிப் படிக்கவேண்டும்:

அறிவு அறிந்து ஆற்றின் அடங்கப்பெறின் செறிவு அறிந்து சீர்மை பயக்கும்

இந்தக் குறளில் உள்ள கடினமான சொற்களும் அவற்றின் பொருளும்:

செறிவு	=> தன்மை
அறிந்து	=> தெரிந்துகொண்டு
சீர்மை பயக்கும்	=> சிறப்பைக் கொடுக்கும்
ஆற்றின்	=> முறையான வழியில்
அடங்கப்பெறின்	=> அடக்கத்துடன் இருந்தால்

எளிய உரை:

படிக்கவேண்டியவற்றை நன்கு படிக்கவேண்டும், அடக்கத்துடன் வாழவேண்டும். அப்போது, இந்த உலகம் நம்முடைய தன்மையைத் தெரிந்துகொள்ளும், நமக்கு எல்லாச் சிறப்புகளும் கிடைக்கும்.

குறள் எண்: 124

குறள்:

நிலையின் திரியாது அடங்கியான் தோற்றம்
மலையினும் மாணப் பெரிது

இந்தக் குறளை எப்படி மாற்றிப் படிக்கவேண்டும்:

நிலையின் திரியாது அடங்கியான் தோற்றம் மலையினும் மாணப் பெரிது

இந்தக் குறளில் உள்ள கடினமான சொற்களும் அவற்றின் பொருளும்:

நிலையின் திரியாது	=>	*நிலை மாறாது*
அடங்கியான்	=>	*அடக்கத்துடன் வாழ்பவன்*
மலையினும்	=>	*மலையைவிட*
மாண	=>	*மிகவும்*

எளிய உரை:

நல்ல வழியிலிருந்து மாறாமல் அடக்கத்துடன் வாழ்பவன் மிக உயர்ந்தவன், மலையைவிடப் பெரியவன்!

குறள் எண்: 125

குறள்:

எல்லார்க்கும் நன்றாம் பணிதல். அவருள்ளும்
செல்வர்க்கே செல்வம் தகைத்து

இந்தக் குறளை எப்படி மாற்றிப் படிக்கவேண்டும்:

பணிதல் எல்லார்க்கும் நன்றாம். அவருள்ளும் (பணிதல்) செல்வர்க்கே செல்வம் தகைத்து

இந்தக் குறளில் உள்ள கடினமான சொற்களும் அவற்றின் பொருளும்:

நன்றாம் => நல்லதாகும்

அவருள்ளும் => அவர்களுக்குள்ளும்

தகைத்து => தன்மை உடையது

எளிய உரை:

பணிவு என்பது எல்லாருக்கும் ஏற்ற நல்ல குணம். அதிலும் குறிப்பாக, செல்வம் உள்ளவர்களிடம் பணிவும் இருந்துவிட்டால், அது அவர்களுக்கு இன்னொரு செல்வமாகிவிடும்!

குறள் எண்: 126

குறள்:

ஒருமையுள் ஆமைபோல் ஐந்து அடக்கல் ஆற்றின்
எழுமையும் ஏமாப்பு உடைத்து

இந்தக் குறளை எப்படி மாற்றிப் படிக்கவேண்டும்:

ஒருமையுள் ஆமைபோல் ஐந்து அடக்கல் ஆற்றின் (ஐந்து அடக்கல்)
எழுமையும் ஏமாப்பு உடைத்து

இந்தக் குறளில் உள்ள கடினமான சொற்களும் அவற்றின் பொருளும்:

ஒருமையுள்	=> ஒரு பிறவியில்
ஐந்து	=> ஐம்பொறிகள் (கண், காது, மூக்கு, நாக்கு, உடல்)
அடக்கல் ஆற்றின்	=> அடக்கினால் / கட்டுப்படுத்தினால்
எழுமையும்	=> ஏழு பிறவியிலும்
ஏமாப்பு உடைத்து	=> பாதுகாப்பாக அமையும்

எளிய உரை:

ஆமை தன்னுடைய ஓட்டுக்குள் தன்னை அடக்கிக்கொள்ளும். அதுபோல, நாம் நம்முடைய கண், காது, மூக்கு, நாக்கு, உடல் ஆகிய ஐம்பொறிகளையும் கட்டுப்படுத்திப் பழகவேண்டும். அப்படிச் செய்தால், இனி வருகிற எல்லாப் பிறவிகளிலும் அது நம்மைப் பாதுகாக்கும்.

குறள் எண்: 127

குறள்:

யா காவார் ஆயினும் நா காக்க. காவாக்கால்
சோகாப்பர் சொல் இழுக்குப்பட்டு

இந்தக் குறளை எப்படி மாற்றிப் படிக்கவேண்டும்:

யா காவார் ஆயினும் நா காக்க. (நா) காவாக்கால் சொல் இழுக்குப்பட்டுச் சோகாப்பர்

இந்தக் குறளில் உள்ள கடினமான சொற்களும் அவற்றின் பொருளும்:

யா காவார் ஆயினும்	=> எதைக் கட்டுப்படுத்தாவிட்டாலும்
நா	=> நாக்கு
காக்க	=> கட்டுப்படுத்தவேண்டும்
காவாக்கால்	=> கட்டுப்படுத்தாவிட்டால்
சோகாப்பர்	=> துன்பம் அடைவார்கள்
இழுக்குப்பட்டு	=> குற்றத்தில் அகப்பட்டு

எளிய உரை:

ஒருவர் வேறு எதைக் கட்டுப்படுத்தாவிட்டாலும் பரவாயில்லை, தன்னுடைய நாக்கை முறையாகக் கட்டுப்படுத்தவேண்டும். அப்படிக் கட்டுப்படுத்தாவிட்டால் என்றைக்காவது ஏதாவது ஒரு சொல் தவறாக வந்து விழுந்துவிடும், அதனால் பெரும் துன்பம் ஏற்படும்.

குறள் எண்: 128

குறள்:

ஒன்று ஆனும் தீச் சொல் பொருள் பயன் உண்டாயின்
நன்று ஆகாது ஆகிவிடும்

இந்தக் குறளை எப்படி மாற்றிப் படிக்கவேண்டும்:

தீச் சொல் பொருள் பயன் ஒன்று ஆனும், உண்டாயின் நன்று ஆகாது ஆகிவிடும்

இந்தக் குறளில் உள்ள கடினமான சொற்களும் அவற்றின் பொருளும்:

ஒன்று ஆனும் => ஒன்றாக இருந்தாலும்

தீச் சொல் => தீய சொல்

உண்டாயின் => உண்டானால்

நன்று ஆகாது => நன்மையாக அமையாமல்

எளிய உரை:

மறந்தும் தீய சொற்களைப் பேசவேண்டாம். ஒரே ஒரு தீய சொல்கூட நமக்கு நல்லதில்லை.

குறள் எண்: 129

குறள்:

தீயினால் சுட்ட புண் உள் ஆறும். ஆறாதே
நாவினால் சுட்ட வடு

இந்தக் குறளை எப்படி மாற்றிப் படிக்கவேண்டும்:

தீயினால் சுட்ட புண் உள் ஆறும். நாவினால் சுட்ட வடு ஆறாதே.

இந்தக் குறளில் உள்ள கடினமான சொற்களும் அவற்றின் பொருளும்:

உள் => *உள்ளுக்குள்*

நாவினால் => *நாக்கால்*

வடு => *தழும்பு*

எளிய உரை:

தீக்காயம்கூட சில நாட்களில் ஆறிவிடும். ஆனால், நாக்கினால் சுட்ட காயம் எப்போதும் ஆறாமல் நினைவில் நிற்கும். (யாரையும் காயப்படுத்தும்படி பேசவேண்டாம்.)

குறள் எண்: 130

குறள்:

கதம் காத்துக் கற்று, அடங்கல் ஆற்றுவான் செவ்வி
அறம் பார்க்கும் ஆற்றின் நுழைந்து

இந்தக் குறளை எப்படி மாற்றிப் படிக்கவேண்டும்:

கதம் காத்து, கற்று, அடங்கல் ஆற்றுவான் செவ்வி அறம் ஆற்றின் நுழைந்து பார்க்கும்

இந்தக் குறளில் உள்ள கடினமான சொற்களும் அவற்றின் பொருளும்:

கதம் காத்து	=> சினத்தைக் கட்டுப்படுத்தி
அடங்கல் ஆற்றுவான்	=> பணிவாக நடந்துகொள்கிறவன்
செவ்வி	=> நேரம்
ஆற்றின்	=> வழியில்

எளிய உரை:

ஒருவன் சினத்தைக் கட்டுப்படுத்தி, நல்லவற்றைக் கற்றுக்கொண்டு, பணிவோடு வாழ்கிறான் என்றால், அவன் அறத்தைத் தேடிச் செல்லவேண்டியதில்லை. அறம் அவனைத் தேடி வரும்.

அதிகாரம் 14: ஒழுக்கம் உடைமை (ஒழுக்கமாக வாழுதல்)

குறள் எண்: 131

குறள்:

ஒழுக்கம் விழுப்பம் தரலான் ஒழுக்கம்
உயிரினும் ஓம்பப்படும்

இந்தக் குறளை எப்படி மாற்றிப் படிக்கவேண்டும்:

ஒழுக்கம் விழுப்பம் தரலான் உயிரினும் ஒழுக்கம் ஓம்பப்படும்

இந்தக் குறளில் உள்ள கடினமான சொற்களும் அவற்றின் பொருளும்:

விழுப்பம் => பெரிய சிறப்பு

தரலான் => தருவதால்

உயிரினும் => உயிரைவிட

ஓம்பப்படும் => பாதுகாக்கப்படும்

எளிய உரை:

ஒழுக்கத்தால் எல்லாச் சிறப்புகளும் கிடைக்கும். அதனால், நாம் எப்போதும் ஒழுக்கம் தவறக்கூடாது, ஒழுக்கத்தை உயிரைவிடப் பெரியதாக நினைக்கவேண்டும்.

குறள் எண்: 132

குறள்:

பரிந்து ஓம்பிக் காக்க ஒழுக்கம். தெரிந்து ஓம்பித்
தேரினும் அஃதே துணை

இந்தக் குறளை எப்படி மாற்றிப் படிக்கவேண்டும்:

ஒழுக்கம் பரிந்து ஓம்பிக் காக்க. தெரிந்து ஓம்பித் தேரினும் அஃதே துணை

இந்தக் குறளில் உள்ள கடினமான சொற்களும் அவற்றின் பொருளும்:

பரிந்து => விரும்பி

ஓம்பி => பேணி / நன்கு கவனித்து

காக்க => காப்பாற்றுங்கள்

தெரிந்து => தெளிவாக

தேரினும் => ஆராய்ந்தாலும்

அஃதே => அதுதான்

எளிய உரை:

எந்தக் கோணத்தில் சிந்தித்தாலும், ஒழுக்கம்தான் நமக்கு ஏற்ற சிறந்த துணை. அதனால், ஒழுக்கத்தை நன்கு விரும்பிப் பாதுகாத்துக்கொள்ளுங்கள்.

குறள் எண்: 133

குறள்:

ஒழுக்கம் உடைமை குடிமை. இழுக்கம்
இழிந்த பிறப்பாய்விடும்

இந்தக் குறளை எப்படி மாற்றிப் படிக்கவேண்டும்:

ஒழுக்கம் உடைமை குடிமை. இழுக்கம் இழிந்த பிறப்பாய்விடும்.

இந்தக் குறளில் உள்ள கடினமான சொற்களும் அவற்றின் பொருளும்:

ஒழுக்கம் உடைமை	=>	*ஒழுக்கத்துடன் வாழுதல்*
குடிமை	=>	*நல்ல குடும்பத்தில் வாழுதல்*
இழுக்கம்	=>	*ஒழுக்கம் தவறுதல்*
பிறப்பாய்விடும்	=>	*பிறப்பாகிவிடும்*

எளிய உரை:

நல்ல குடும்பத்தில் பிறந்தவர்கள் ஒழுக்கமாக வாழ்வார்கள். இழிந்த பிறவிகள் ஒழுக்கம் கெட்டுத் திரிவார்கள்.

குறள் எண்: 134

குறள்:

மறப்பினும் ஓத்துக்கொளல் ஆகும் பார்ப்பான்,
பிறப்பு ஒழுக்கம் குன்றக் கெடும்

இந்தக் குறளை எப்படி மாற்றிப் படிக்கவேண்டும்:

பார்ப்பான் மறப்பினும் ஓத்துக்கொளல் ஆகும், பிறப்பு ஒழுக்கம் குன்றக் கெடும்

இந்தக் குறளில் உள்ள கடினமான சொற்களும் அவற்றின் பொருளும்:

மறப்பினும் => மறந்தாலும்

ஓத்துக்கொளல் => படித்துப் புரிந்துகொள்ளுதல்

பார்ப்பான் => நூலை ஆராய்ந்து கற்பவன்

குன்ற => குறைய

கெடும் => அழியும்

எளிய உரை:

படிப்பை மறந்தால் பரவாயில்லை. திரும்பப் படித்துக்கொள்ளலாம். ஆனால், ஒழுக்கத்தை மறந்தால் அவ்வளவுதான். அது திரும்பக் கிடைக்காது.

குறள் எண்: 135

குறள்:

அழுக்காறு உடையான்கண் ஆக்கம் போன்று இல்லை
ஒழுக்கம் இலான்கண் உயர்வு

இந்தக் குறளை எப்படி மாற்றிப் படிக்கவேண்டும்:

அழுக்காறு உடையான்கண் ஆக்கம் இல்லை. போன்று, ஒழுக்கம் இலான்கண் உயர்வு (இல்லை)

இந்தக் குறளில் உள்ள கடினமான சொற்களும் அவற்றின் பொருளும்:

அழுக்காறு => பொறாமை

உடையான்கண் => உடையவனிடம்

ஆக்கம் => செல்வம்

போன்று => போல

இலான்கண் => இல்லாதவனிடம்

எளிய உரை:

பிறரைப் பார்த்துப் பொறாமைப்படுகிறவனிடம் செல்வம் சேராது. அதுபோல, ஒழுக்கம் இல்லாதவனுக்கு எந்த உயர்வும் கிடைக்காது.

குறள் எண்: 136

குறள்:

ஒழுக்கத்தின் ஒல்கார் உரவோர், இழுக்கத்தின்
ஏதம் படுபாக்கு அறிந்து

இந்தக் குறளை எப்படி மாற்றிப் படிக்கவேண்டும்:

இழுக்கத்தின் ஏதம் படுபாக்கு அறிந்து உரவோர் ஒழுக்கத்தின் ஒல்கார்

இந்தக் குறளில் உள்ள கடினமான சொற்களும் அவற்றின் பொருளும்:

ஒழுக்கத்தின் ஒல்கார் => ஒழுக்கத்திலிருந்து விலகமாட்டார்கள்

உரவோர் => உறுதியானவர்கள்

இழுக்கத்தின் => ஒழுக்கம் இல்லாவிட்டால்

ஏதம் => துன்பம்

படுபாக்கு அறிந்து => உண்டாவதை அறிந்து

எளிய உரை:

ஒழுக்கம் இல்லாவிட்டால் துன்பம் வரும் என்பது மன உறுதி கொண்ட பெரியவர்களுக்குத் தெரியும். அதனால், அவர்கள் எப்போதும் ஒழுக்கம் தவறமாட்டார்கள்.

குறள் எண்: 137

குறள்:

ஒழுக்கத்தின் எய்துவர் மேன்மை. இழுக்கத்தின்
எய்துவர் எய்தாப் பழி

இந்தக் குறளை எப்படி மாற்றிப் படிக்கவேண்டும்:

ஒழுக்கத்தின் மேன்மை எய்துவர். இழுக்கத்தின் எய்தாப் பழி எய்துவர்

இந்தக் குறளில் உள்ள கடினமான சொற்களும் அவற்றின் பொருளும்:

ஒழுக்கத்தின் => ஒழுக்கத்தால்

எய்துவர் => பெறுவார்

மேன்மை => உயர்ந்த நிலை

இழுக்கத்தின் => ஒழுக்கம் இல்லாததால்

எய்தா => பெறாத / பெறக்கூடாத

எளிய உரை:

ஒழுக்கமாக நடந்துகொண்டால் மேன்மை வரும். ஒழுக்கமில்லாமல் செயல்பட்டால் கிடைக்கக்கூடாத பழி வரும்.

குறள் எண்: 138

குறள்:

நன்றிக்கு வித்து ஆகும் நல் ஒழுக்கம். தீ ஒழுக்கம்
என்றும் இடும்பை தரும்

இந்தக் குறளை எப்படி மாற்றிப் படிக்கவேண்டும்:

நல் ஒழுக்கம் நன்றிக்கு வித்து ஆகும். தீ ஒழுக்கம் என்றும் இடும்பை தரும்

இந்தக் குறளில் உள்ள கடினமான சொற்களும் அவற்றின் பொருளும்:

நன்றி => நன்மை

வித்து => விதை

நல் ஒழுக்கம் => நல்ல ஒழுக்கம்

தீ ஒழுக்கம் => ஒழுக்கமில்லாமல் வாழ்தல்

இடும்பை => துன்பம்

எளிய உரை:

நம் மனத்தில் நல்ல ஒழுக்கத்தை விதையாக ஊன்றினால், பல நன்மைகள் விளையும். ஒழுக்கமில்லாமல் திரிந்தால் எப்போதும் துன்பம்தான்.

குறள் எண்: 139

குறள்:

ஒழுக்கம் உடையவர்க்கு ஒல்லாவே தீய
வழுக்கியும் வாயால் சொலல்

இந்தக் குறளை எப்படி மாற்றிப் படிக்கவேண்டும்:

ஒழுக்கம் உடையவர்க்கு, வழுக்கியும் வாயால் தீய சொலல் ஒல்லாவே

இந்தக் குறளில் உள்ள கடினமான சொற்களும் அவற்றின் பொருளும்:

ஒல்லாவே => இயலாது

தீய => தீயவை

வழுக்கியும் => மறந்தும்கூட

சொலல் => சொல்லுதல்

எளிய உரை:

ஒழுக்கமானவர்கள் தங்களை அறியாமல்கூடத் தீய சொற்களைப் பேசமாட்டார்கள்.

குறள் எண்: 140

குறள்:

உலகத்தோடு ஒட்ட ஒழுகல் பல கற்றும்
கல்லார் அறிவு இலாதார்

இந்தக் குறளை எப்படி மாற்றிப் படிக்கவேண்டும்:

உலகத்தோடு ஒட்ட ஒழுகல் கல்லார், பல கற்றும் அறிவு இலாதார்

இந்தக் குறளில் உள்ள கடினமான சொற்களும் அவற்றின் பொருளும்:

ஒட்ட ஒழுகல் => இயைந்து ஒழுக்கத்துடன் நடத்தல்

பல கற்றும் => பலவற்றைப் படித்தும்கூட

கல்லார் => கற்காதவர்கள்

அறிவு இலாதார் => அறிவு இல்லாதவர்

எளிய உரை:

சிலர் பல்வேறு நூல்களைப் படிக்கிறார்கள், ஆனால், உலகத்தில் உள்ள உயர்ந்தவர்களைப் பார்த்து, அவர்களைப்போல் நன்கு ஒழுக்கத்துடன் நடந்துகொள்ளவேண்டும் என்பதைமட்டும் படிப்பதில்லை. அவர்கள் அறிவற்றவர்கள்.

அதிகாரம் 15: பிறன் இல் விழையாமை (பிறருடைய மனைவி / கணவன்மேல் ஆசைப்படாமல் இருத்தல்)

குறள் எண்: 141

குறள்:

பிறன் பொருளாள் பெட்டு ஒழுகும் பேதைமை ஞாலத்து
அறம், பொருள் கண்டார்கண் இல்

இந்தக் குறளை எப்படி மாற்றிப் படிக்கவேண்டும்:

ஞாலத்து அறம், பொருள் கண்டார்கண் பிறன் பொருளாள் பெட்டு ஒழுகும் பேதைமை இல்

இந்தக் குறளில் உள்ள கடினமான சொற்களும் அவற்றின் பொருளும்:

பிறன் பொருளாள் => இன்னொருவனுக்கு உரிமையானவள்/ இன்னொருவன் மனைவி

பெட்டு => விரும்பி

ஒழுகும் => நடந்துகொள்ளும்

பேதைமை => முட்டாள்தனம்

ஞாலத்து => உலகத்தில்

கண்டார்கண் => அறிந்தவர்களிடம்

இல் => இல்லை

எளிய உரை:

அறத்தையும் பொருளையும் ஆராய்ந்து உணர்ந்தவர்கள் இன்னொருவர் மனைவிமீது ஆசைப்படுகிற முட்டாள்தனத்தைச் செய்யமாட்டார்கள்.

(இந்த அதிகாரத்தில் வரும் குறள்கள் அனைத்தும் இன்னொருவர் மனைவி மீது ஆசைப்படுகிற ஆணைக் கண்டித்து எழுதப்பட்டுள்ளன. நாம் இந்த நெறிகளைப் பெண்களுக்கும் பொருத்திப் படித்துக்கொள்ளலாம், அதாவது, பிறருடைய கணவன் மீது ஆசைப்படுவதும் பெரிய குற்றம்தான் என்று புரிந்துகொள்ளலாம்.)

குறள் எண்: 142

குறள்:

அறன்கடை நின்றாருள் எல்லாம் பிறன்கடை
நின்றாரின் பேதையார் இல்

இந்தக் குறளை எப்படி மாற்றிப் படிக்கவேண்டும்:

அறன்கடை நின்றாருள் எல்லாம் பிறன்கடை நின்றாரின் பேதையார் இல்

இந்தக் குறளில் உள்ள கடினமான சொற்களும் அவற்றின் பொருளும்:

அறன்கடை => அறத்தின் பின்னால்

நின்றாருள் => நிற்பவர்களுக்குள்

பிறன் கடை => இன்னொருவர் வீட்டு வாசல்

நின்றாரின் => நின்றவர்களைவிட

பேதையார் => அறிவற்றவர்கள்

இல் => இல்லை

எளிய உரை:

இவ்வுலகில் அறச் செயல்களில் ஈடுபடாமல் தவறு செய்கிறவர்கள் சிலர் உண்டு. அப்படித் தவறு செய்கிறவர்களுக்குள் மிகவும் மோசமான முட்டாள்கள் யார் என்றால், இன்னொருவர் மனைவிமீது ஆசைப்பட்டு அவர் வீட்டு வாசலில் சென்று நிற்கிறவர்கள்தான்.

குறள் எண்: 143

குறள்:

விளிந்தாரின் வேறு அல்லர், மன்ற, தெளிந்தார் இல்
தீமை புரிந்து ஒழுகுவார்

இந்தக் குறளை எப்படி மாற்றிப் படிக்கவேண்டும்:

தெளிந்தார் இல் தீமை புரிந்து ஒழுகுவார் விளிந்தாரின் வேறு அல்லர், மன்ற

இந்தக் குறளில் உள்ள கடினமான சொற்களும் அவற்றின் பொருளும்:

விளிந்தாரின்	=> இறந்தவர்களைவிட
வேறு அல்லர்	=> மாறுபட்டவர்கள் இல்லை
மன்ற	=> உறுதியாக
தெளிந்தார்	=> நம்பித் தெளிந்தவர்கள்
இல்	=> வீடு
தீமை புரிந்து ஒழுகுவார்	=> தீமை செய்பவர்

எளிய உரை:

தன்னை நம்புகின்ற ஒருவருடைய வீட்டுக்குத் தீமை செய்கிறவர்கள் மனிதர்களே இல்லை, வெறும் பிணங்கள்.

குறள் எண்: 144

குறள்:

எனைத் துணையர் ஆயினும் என் ஆம், தினைத் துணையும்
தேரான் பிறன் இல் புகல்

இந்தக் குறளை எப்படி மாற்றிப் படிக்கவேண்டும்:

தினைத் துணையும் தேரான் பிறன் இல் புகல் எனைத் துணையர் ஆயினும் என் ஆம்

இந்தக் குறளில் உள்ள கடினமான சொற்களும் அவற்றின் பொருளும்:

எனைத் துணையர் => எத்தனை பெரியவர்

ஆயினும் => ஆனாலும்

என் ஆம் => என்ன ஆகும்?

தினைத் துணையும் => சிறிதளவும்

தேரான் => சிந்திக்காமல்

பிறன் => மற்றவர்

இல் => வீடு

புகல் => நுழைதல்

எளிய உரை:

சில பெரிய மனிதர்கள் சிறிதும் சிந்திக்காமல் அடுத்தவர் மனைவிமீது ஆசைப்படுகிறார்கள், தவறான நோக்கத்துடன் அவர்களுடைய வீட்டுக்குள் நுழைந்துவிடுகிறார்கள். இப்படிச் செய்கிறவர்கள் எப்படிப் பெரிய மனிதர்களாக இருக்கமுடியும்?

குறள் எண்: 145

குறள்:

எளிது என இல் இறப்பான் எய்தும் எஞ்ஞான்றும்
விளியாது நிற்கும் பழி

இந்தக் குறளை எப்படி மாற்றிப் படிக்கவேண்டும்:

எளிது என இல் இறப்பான் எஞ்ஞான்றும் விளியாது நிற்கும் பழி எய்தும்

இந்தக் குறளில் உள்ள கடினமான சொற்களும் அவற்றின் பொருளும்:

இல் இறப்பான் => *தவறான நோக்கத்துடன் இன்னொருவர் வீட்டுக்குள் செல்பவன்*

எய்தும் => *பெறுவான்*

எஞ்ஞான்றும் => *எப்போதும்*

விளியாது => *அழியாமல்*

எளிய உரை:

சிலர் அடுத்தவர் மனைவியை எளிதாகக் கவர்ந்துவிடலாம் என்று நினைக்கிறார்கள், தவறான நோக்கத்துடன் அவர்களுடைய வீட்டுக்குள் நுழைந்துவிடுகிறார்கள். அப்படிச் செய்கிறவர்களுக்கு என்றைக்கும் அழியாத பழி வரும்.

குறள் எண்: 146

குறள்:

> பகை, பாவம், அச்சம், பழி என நான்கும்
> இகவாவாம் இல் இறப்பான்கண்

இந்தக் குறளை எப்படி மாற்றிப் படிக்கவேண்டும்:

இல் இறப்பான்கண் பகை, பாவம், அச்சம், பழி என நான்கும் இகவாவாம்

இந்தக் குறளில் உள்ள கடினமான சொற்களும் அவற்றின் பொருளும்:

இகவாவாம் => நீங்காதாம்

இல் இறப்பான்கண் => தவறான நோக்கத்துடன் இன்னொருவர் வீட்டுக்குள் செல்பவனிடம்

எளிய உரை:

தவறான நோக்கத்துடன் இன்னொருவர் வீட்டுக்குள் செல்பவனுக்குப் பகை சேரும், பாவம் சேரும், அச்சம் வரும், பழி உண்டாகும். இந்த நான்கும் எப்போதும் அவனை விட்டு நீங்காது.

குறள் எண்: 147

குறள்:

அறன் இயலான் இல்வாழ்வான் என்பான் பிறன் இயலாள்
பெண்மை நயவாதவன்

இந்தக் குறளை எப்படி மாற்றிப் படிக்கவேண்டும்:

அறன் இயலான் இல்வாழ்வான் என்பான் பிறன் இயலாள் பெண்மை நயவாதவன்

இந்தக் குறளில் உள்ள கடினமான சொற்களும் அவற்றின் பொருளும்:

அறன் இயலான்	=>	அறத்தை இயல்பாகக் கொண்டவன்
இல்வாழ்வான்	=>	இல்லற வாழ்க்கை வாழ்பவன்
என்பான்	=>	என்பவன்
பிறன் இயலாள்	=>	இன்னொருவருக்குச் சொந்தமான பெண் / இன்னொருவர் மனைவி
நயவாதவன்	=>	விரும்பாதவன்

எளிய உரை:

அறத்தின் வழியில் இல்லற வாழ்க்கை நடத்துகிற எவனும் இன்னொருவர் மனைவிமீது ஆசைப்படமாட்டான்.

குறள் எண்: 148

குறள்:

பிறன் மனை நோக்காத பேராண்மை சான்றோர்க்கு
அறன் ஒன்றோ, ஆன்ற ஒழுக்கு

இந்தக் குறளை எப்படி மாற்றிப் படிக்கவேண்டும்:

பிறன் மனை நோக்காத பேராண்மை சான்றோர்க்கு அறன் ஒன்றோ, ஆன்ற ஒழுக்கு

இந்தக் குறளில் உள்ள கடினமான சொற்களும் அவற்றின் பொருளும்:

பிறன் மனை => இன்னொருவருடைய மனைவி

நோக்காத => பார்க்காத

பேராண்மை => பெருமைக்குரிய ஆற்றல் / நல்ல பண்பு

சான்றோர்க்கு => சிறந்தவர்களுக்கு

அறன் => அறம்

ஒன்றோ => ஒன்றுதானா / அதுமட்டும்தானா

ஆன்ற => நிறைந்த

ஒழுக்கு => ஒழுக்கம்

எளிய உரை:

இன்னொருவர் மனைவியைத் தவறாகப் பார்க்காமல் இருப்பதுதான் சிறந்த மனிதர்களுக்கு ஏற்ற நல்ல அறம் என்பார்கள்.

உண்மையில், அது வெறும் அறம்மட்டுமில்லை, நிறைவான ஒழுக்கமும்கூட!

குறள் எண்: 149

குறள்:

நலக்கு உரியார் யார் எனின் நாம நீர் வைப்பின்,
பிறர்க்கு உரியாள் தோள் தோயாதார்

இந்தக் குறளை எப்படி மாற்றிப் படிக்கவேண்டும்:

நாம நீர் வைப்பின் நலக்கு உரியார் யார் எனின், பிறர்க்கு உரியாள் தோள் தோயாதார்

இந்தக் குறளில் உள்ள கடினமான சொற்களும் அவற்றின் பொருளும்:

நலக்கு உரியார்	=>	நன்மைக்கு உரியவர்
எனின்	=>	என்றால்
நாம நீர் வைப்பின்	=>	அச்சம் தருகின்ற கடலால் சூழப்பட்ட உலகத்தில்
பிறர்க்கு உரியாள்	=>	இன்னொருவருக்கு உரிமையான பெண் / இன்னொருவர் மனைவி
தோயாதார்	=>	தோயாதவர் / அணைக்காதவர்

எளிய உரை:

அச்சம் தருகின்ற கடலால் சூழப்பட்ட இந்த உலகத்தில் எல்லா நன்மைகளையும் பெறுகின்ற தகுதி கொண்டவர்கள் யார் தெரியுமா?

இன்னொருவர் மனைவியை அணைக்கவேண்டும் என்று ஆசைப்படாதவர்கள்தான்.

குறள் எண்: 150

குறள்:

அறன் வரையான் அல்ல செயினும் பிறன் வரையான்
பெண்மை நயவாமை நன்று

இந்தக் குறளை எப்படி மாற்றிப் படிக்கவேண்டும்:

அறன் வரையான் அல்ல செயினும் பிறன் வரையான் பெண்மை நயவாமை நன்று

இந்தக் குறளில் உள்ள கடினமான சொற்களும் அவற்றின் பொருளும்:

அறன் வரையான் => அறத்தை வரையறுக்காதவன் / இதுதான் அறம் என்று புரிந்துகொள்ளாதவன்

அல்ல => தீய செயல்கள்

செயினும் => செய்தாலும்

பிறன் வரையான் பெண்மை => பிறருடைய எல்லைக்குள் இருக்கிற பெண் / இன்னொருவர் மனைவி

நயவாமை => விரும்பாமல் இருப்பது

நன்று => நல்லது

எளிய உரை:

உங்களுக்கு அறம் எது என்றே தெரியாவிட்டாலும் பரவாயில்லை. அதனால் நீங்கள் தீய செயல்களைச் செய்தாலும் பரவாயில்லை. அடுத்தவர் மனைவிமீதுமட்டும் ஆசைப்படவேண்டாம்!

அதிகாரம் 16: பொறை உடைமை
(பொறுமையுடன் இருத்தல்)

குறள் எண்: 151

குறள்:

அகழ்வாரைத் தாங்கும் நிலம் போலத் தம்மை
இகழ்வார்ப் பொறுத்தல் தலை

இந்தக் குறளை எப்படி மாற்றிப் படிக்கவேண்டும்:

அகழ்வாரைத் தாங்கும் நிலம் போலத் தம்மை இகழ்வார்ப் பொறுத்தல் தலை

இந்தக் குறளில் உள்ள கடினமான சொற்களும் அவற்றின் பொருளும்:

அகழ்வார் => தோண்டுபவர்

தம்மை => தன்னை

இகழ்வார் => இழிவுசெய்பவர்

பொறுத்தல் => பொறுத்துக்கொள்ளுதல்

தலை => சிறப்பு

எளிய உரை:

நிலமானது தன்னை வெட்டித் தோண்டுகிறவர்களைக்கூடத் தள்ளிவிடாது, அவர்களையும் தன்மீது தாங்கிக்கொள்ளும். அதுபோல, நாமும் நம்மை இகழ்ந்து பேசுகிறவர்கள்மீது சினம் கொள்ளாமல் பொறுமையுடன் இருப்பது நல்லது.

குறள் எண்: 152

குறள்:

பொறுத்தல் இறப்பினை என்றும் அதனை
மறத்தல் அதனினும் நன்று

இந்தக் குறளை எப்படி மாற்றிப் படிக்கவேண்டும்:

என்றும் இறப்பினைப் பொறுத்தல் நன்று. அதனை மறத்தல் அதனினும் (நன்று)

இந்தக் குறளில் உள்ள கடினமான சொற்களும் அவற்றின் பொருளும்:

பொறுத்தல் => பொறுமையுடன் இருத்தல் / பொறுத்துக்கொள்ளுதல்

இறப்பினை => பிறர் செய்த தவறுகளை

மறத்தல் => மறந்துவிடுதல்

அதனினும் => அதைவிட

நன்று => நல்லது

எளிய உரை:

மற்றவர்கள் செய்யும் தவறுகளைப் பொறுத்துக்கொள்வது நல்லது. அதை மனத்தில் வைத்துக்கொள்ளாமல் மறந்துவிடுவது இன்னும் நல்லது.

குறள் எண்: 153

குறள்:

**இன்மையுள் இன்மை விருந்து ஒரால். வன்மையுள்
வன்மை மடவார்ப் பொறை**

இந்தக் குறளை எப்படி மாற்றிப் படிக்கவேண்டும்:

இன்மையுள் இன்மை விருந்து ஒரால். வன்மையுள் வன்மை மடவார்ப் பொறை

இந்தக் குறளில் உள்ள கடினமான சொற்களும் அவற்றின் பொருளும்:

இன்மையுள் இன்மை	=> வறுமைகளில் பெரிய வறுமை
விருந்து	=> விருந்தினர்
ஒரால்	=> நீக்குதல்
வன்மையுள் வன்மை	=> வலிமைகளில் பெரிய வலிமை
மடவார்	=> அறிவற்றவர்கள்
பொறை	=> பொறுமை

எளிய உரை:

வறுமைகளிலெல்லாம் பெரிய வறுமை, விருந்தினரை முறைப்படி கவனிக்காமல் திருப்பி அனுப்புதல்.

வலிமைகளிலெல்லாம் பெரிய வலிமை, முட்டாள்கள் செய்யும் பிழைகளைப் பொறுத்துக்கொள்ளுதல்.

குறள் எண்: 154

குறள்:

நிறை உடைமை நீங்காமை வேண்டின் பொறை உடைமை
போற்றி ஒழுகப்படும்

இந்தக் குறளை எப்படி மாற்றிப் படிக்கவேண்டும்:

நிறை உடைமை நீங்காமை வேண்டின் பொறை உடைமை போற்றி ஒழுகப்படும்

இந்தக் குறளில் உள்ள கடினமான சொற்களும் அவற்றின் பொருளும்:

நிறை உடைமை	=> *நிறைவான பண்புடன் இருத்தல்*
நீங்காமை	=> *நீங்காமல் இருத்தல்*
வேண்டின்	=> *விரும்பினால்*
பொறை உடைமை	=> *பொறுமையுடன் இருத்தல்*
போற்றி ஒழுகப்படும்	=> *நன்கு பின்பற்றப்படும்*

எளிய உரை:

என்றைக்கும் நிறைவான பண்புடன் வாழ விரும்புகிறீர்களா? அப்படியானால், எப்போதும் பொறுமையுடன் இருங்கள்.

குறள் எண்: 155

குறள்:

ஒறுத்தாரை ஒன்றாக வையாரே. வைப்பர்
பொறுத்தாரைப் பொன் போல் பொதிந்து

இந்தக் குறளை எப்படி மாற்றிப் படிக்கவேண்டும்:

ஒறுத்தாரை ஒன்றாக வையாரே. பொறுத்தாரைப் பொன் போல் பொதிந்து வைப்பர்

இந்தக் குறளில் உள்ள கடினமான சொற்களும் அவற்றின் பொருளும்:

ஒறுத்தார் => தண்டித்தவர்

ஒன்றாக வையார் => ஒரு பொருட்டாக மதிக்கமாட்டார்கள்

வைப்பர் => வைப்பார்கள்

பொறுத்தார் => பொறுமையுடன் மன்னித்தவர்

பொதிந்து => நினைத்து

எளிய உரை:

குற்றம் செய்தவர்களுக்குத் தண்டனை கொடுக்கிறவர்களை யாரும் பெரிதாகப் பொருட்படுத்தமாட்டார்கள். அவர்களைப் பொறுமையுடன் மன்னித்துத் திருத்துகிறவர்களைத்தான் தங்கத்தைப்போல் உயர்வாக எண்ணுவார்கள். (பிறரை மன்னிக்கிறவன், அவர்கள் திருந்த வாய்ப்பு கொடுக்கிறவன்தான் உயர்ந்த மனிதன்.)

குறள் எண்: 156

குறள்:

ஒறுத்தார்க்கு ஒரு நாளை இன்பம். பொறுத்தார்க்குப்
பொன்றுந்துணையும் புகழ்

இந்தக் குறளை எப்படி மாற்றிப் படிக்கவேண்டும்:

ஒறுத்தார்க்கு ஒரு நாளை இன்பம். பொறுத்தார்க்குப் பொன்றுந்துணையும் புகழ்

இந்தக் குறளில் உள்ள கடினமான சொற்களும் அவற்றின் பொருளும்:

ஒறுத்தார் => தண்டித்தவர்

ஒரு நாளை => ஒரு நாளுக்கான

பொறுத்தார் => பொறுமையுடன் மன்னித்தவர்

பொன்றுந்துணையும் => அழியும்வரை

எளிய உரை:

ஒருவர் ஏதோ குற்றம் செய்துவிடுகிறார். அதனால், நாம் அவருக்குத் தண்டனை கொடுக்கிறோம். அப்போது நமக்குள் ஒரு சிறு மகிழ்ச்சி உண்டாகிறது.

ஆனால், அதற்குப் பதிலாக நாம் அவரை மன்னித்துத் திருத்தினோம் என்றால், அந்த மகிழ்ச்சி என்றென்றும் நிலைத்திருக்கும்.

குறள் எண்: 157

குறள்:

திறன் அல்ல தன் பிறர் செய்யினும் நோ நொந்து
அறன் அல்ல செய்யாமை நன்று

இந்தக் குறளை எப்படி மாற்றிப் படிக்கவேண்டும்:

தன் பிறர் திறன் அல்ல செய்யினும் நோ நொந்து அறன் அல்ல செய்யாமை நன்று

இந்தக் குறளில் உள்ள கடினமான சொற்களும் அவற்றின் பொருளும்:

திறன் அல்ல => செய்யக்கூடாதவை

தன் பிறர் => தன்னிடம் பிறர்

செய்யினும் => செய்தாலும்

நோ => துன்பம்

நொந்து => வருந்தி

அறன் அல்ல => அறன் அல்லாதவை

செய்யாமை => செய்யாமல் இருத்தல்

நன்று => நல்லது

எளிய உரை:

பிறர் நம்மிடம் தவறாக நடந்துகொண்டாலும் பரவாயில்லை. நாம் பொறுமையுடன் இருக்கவேண்டும், அந்த மன வருத்தத்தால் தவறாக எதையும் செய்துவிடக்கூடாது.

குறள் எண்: 158

குறள்:

மிகுதியான் மிக்கவை செய்தாரைத் தாம் தம்
தகுதியான் வென்றுவிடல்

இந்தக் குறளை எப்படி மாற்றிப் படிக்கவேண்டும்:

மிகுதியான் மிக்கவை செய்தாரைத் தாம் தம் தகுதியான் வென்றுவிடல்

இந்தக் குறளில் உள்ள கடினமான சொற்களும் அவற்றின் பொருளும்:

மிகுதியான் => *செருக்கு மிகுந்ததால் / கர்வம் கொண்டதால்*

மிக்கவை => *கொடிய செயல்கள்*

செய்தாரை => *செய்தவரை*

தாம் => *தான்*

தம் => *தனது*

தகுதியான் => *தகுதியால்*

வென்றுவிடல் => *வென்றுவிடவேண்டும்*

எளிய உரை:

சிலர் தலைக்கனத்தினால் தீய செயல்களைச் செய்யக்கூடும். அவர்களை நம்மிடம் இருக்கும் பொறுமை என்ற சிறந்த பண்பினால் வெல்லவேண்டும்.

குறள் எண்: 159

குறள்:

துறந்தாரின் தூய்மை உடையர், இறந்தார் வாய்
இன்னாச் சொல் நோற்கிற்பவர்

இந்தக் குறளை எப்படி மாற்றிப் படிக்கவேண்டும்:

இறந்தார் வாய் இன்னாச் சொல் நோற்கிற்பவர் துறந்தாரின் தூய்மை உடையர்

இந்தக் குறளில் உள்ள கடினமான சொற்களும் அவற்றின் பொருளும்:

துறந்தாரின்	=>	துறவிகளைவிட
உடையர்	=>	உடையவர்
இறந்தார்	=>	நல்ல வழியில் நடக்காதவர்கள்
இன்னாச் சொல்	=>	தீய சொல்
நோற்கிற்பவர்	=>	பொறுத்துக்கொள்கிறவர்கள்

எளிய உரை:

கெட்டவர்கள் பேசுகிற தீய சொற்களைப் பொறுத்துக் கொள்கிறவர்கள் முற்றும் துறந்த முனிவர்களைவிடத் தூய்மையானவர்கள்.

குறள் எண்: 160

குறள்:

உண்ணாது நோற்பார் பெரியர் பிறர் சொல்லும்
இன்னாச் சொல் நோற்பாரின்பின்

இந்தக் குறளை எப்படி மாற்றிப் படிக்கவேண்டும்:

உண்ணாது நோற்பார், பிறர் சொல்லும் இன்னாச் சொல் நோற்பாரின்பின் பெரியர்

இந்தக் குறளில் உள்ள கடினமான சொற்களும் அவற்றின் பொருளும்:

உண்ணாது => உண்ணாமல்

நோற்பார் => நோன்பு இருப்பவர்கள்

பெரியர் => பெரியவர்கள்

இன்னாச் சொல் => தீய சொல்

நோற்பாரின்பின் => பொறுத்துக்கொள்கிறவர்களுக்குப் பின்னால்

எளிய உரை:

பிறர் பேசுகிற தீய சொற்களைப் பொறுத்துக்கொள்கிறவர்கள் மிகவும் உயர்ந்தவர்கள், உணவு உண்ணாமல் நோன்பு (விரதம்) இருக்கிறவர்களைவிடப் பெரியவர்கள்.

அதிகாரம் 17: அழுக்காறாமை
(யார்மீதும் பொறாமைப்படாமல் வாழுதல்)

குறள் எண்: 161

குறள்:

ஒழுக்கு ஆறாக் கொள்க, ஒருவன் தன் நெஞ்சத்து
அழுக்காறு இலாத இயல்பு

இந்தக் குறளை எப்படி மாற்றிப் படிக்கவேண்டும்:

ஒருவன் தன் நெஞ்சத்து அழுக்காறு இலாத இயல்பு ஒழுக்கு ஆறாக் கொள்க

இந்தக் குறளில் உள்ள கடினமான சொற்களும் அவற்றின் பொருளும்:

ஒழுக்கு ஆறு => ஒழுக்க வழி

கொள்க => கொள்ளுங்கள்

நெஞ்சத்து => நெஞ்சுக்குள்

அழுக்காறு இலாத => பொறாமை இல்லாத

எளிய உரை:

நெஞ்சுக்குள் யார்மீதும் பொறாமைப்படாமல் வாழ்வதுதான் ஒழுக்கமான வழி. அதை அறிந்து பின்பற்றுங்கள்.

குறள் எண்: 162

குறள்:

விழுப் பேற்றின் அஃது ஒப்பது இல்லை, யார் மாட்டும்
அழுக்காற்றின் அன்மை பெறின்

இந்தக் குறளை எப்படி மாற்றிப் படிக்கவேண்டும்:

யார் மாட்டும் அழுக்காற்றின் அன்மை பெறின், விழுப் பேற்றின் அஃது ஒப்பது இல்லை

இந்தக் குறளில் உள்ள கடினமான சொற்களும் அவற்றின் பொருளும்:

விழுப் பேற்றின் => சிறந்த செல்வங்களில்

அஃது => அது

ஒப்பது => இணையானது

யார் மாட்டும் => யாரிடத்திலும்

அழுக்காற்றின் => பொறாமையின்

அன்மை => இல்லாமலிருத்தல்

பெறின் => பெற்றால்

எளிய உரை:

ஒருவர் மற்றவர்கள்மீது பொறாமைப்படுவதை விட்டுவிட்டார் என்றால், அதுதான் அவருடைய மிகப் பெரிய செல்வம். மற்ற எந்தச் செல்வமும் அதற்கு இணையாகாது.

குறள் எண்: 163

குறள்:

அறன், ஆக்கம் வேண்டாதான் என்பான் பிறன் ஆக்கம்
பேணாது அழுக்கறுப்பான்

இந்தக் குறளை எப்படி மாற்றிப் படிக்கவேண்டும்:

அறன், ஆக்கம் வேண்டாதான் என்பான் பிறன் ஆக்கம் பேணாது அழுக்கறுப்பான்

இந்தக் குறளில் உள்ள கடினமான சொற்களும் அவற்றின் பொருளும்:

அறன்	=>	*அறம்*
ஆக்கம்	=>	*செல்வம்*
வேண்டாதான்	=>	*விரும்பாதவன்*
என்பான்	=>	*என்பவன்*
பிறன்	=>	*இன்னொருவன்*
பேணாது	=>	*மகிழாமல்*
அழுக்கறுப்பான்	=>	*பொறாமை கொள்வான்*

எளிய உரை:

நாம் பிறருடைய வளர்ச்சியைப் பார்த்து மகிழவேண்டும். 'அடடா, அவன் வளர்கிறானே' என்று பொறாமைப்பட்டால், நமக்குக் கிடைக்கவேண்டிய அறத்தையும், செல்வத்தையும் நாமே மறுக்கிறோம் என்று பொருள்.

குறள் எண்: 164

குறள்:

அழுக்காற்றின் அல்லவை செய்யார், இழுக்கு ஆற்றின்
ஏதம் படுபாக்கு அறிந்து

இந்தக் குறளை எப்படி மாற்றிப் படிக்கவேண்டும்:

இழுக்கு ஆற்றின் ஏதம் படுபாக்கு அறிந்து அழுக்காற்றின் அல்லவை செய்யார்

இந்தக் குறளில் உள்ள கடினமான சொற்களும் அவற்றின் பொருளும்:

அழுக்காற்றின்	=>	பொறாமையால்
அல்லவை	=>	தீய செயல்கள்
செய்யார்	=>	செய்யமாட்டார்
இழுக்கு ஆற்றின்	=>	இழிவான வழியால்
ஏதம்	=>	துன்பம்
படுபாக்கு அறிந்து	=>	உண்டாவதை அறிந்து

எளிய உரை:

பொறாமை என்பது இழிவானது, துன்பத்தைத் தருவது. இதை அறிந்தவர்கள் யார்மீதும் பொறாமைப்பட்டுத் தீய செயல்களைச் செய்யமாட்டார்கள்.

குறள் எண்: 165

குறள்:

அழுக்காறு உடையார்க்கு அது சாலும், ஒன்னார்
வழுக்கியும் கேடு ஈன்பது

இந்தக் குறளை எப்படி மாற்றிப் படிக்கவேண்டும்:

ஒன்னார் வழுக்கியும் கேடு ஈன்பது அழுக்காறு. (அழுக்காறு) உடையார்க்கு அது சாலும்

இந்தக் குறளில் உள்ள கடினமான சொற்களும் அவற்றின் பொருளும்:

அழுக்காறு => பொறாமை

உடையார்க்கு => உடையவர்க்கு

சாலும் => போதும்

ஒன்னார் => பகைவர்கள்

வழுக்கியும் => தீமை செய்யாவிட்டாலும்

ஈன்பது => வழங்குவது

எளிய உரை:

பொறாமை கொண்டவனுக்குப் பகைவர்களே தேவையில்லை. அவனுக்குப் பகைவர்கள் செய்யாத தீமையையெல்லாம் அந்தப் பொறாமையே செய்துவிடும்.

குறள் எண்: 166

குறள்:

கொடுப்பது அழுக்கறுப்பான் சுற்றம் உடுப்பதூஉம்
உண்பதூஉம் இன்றிக் கெடும்

இந்தக் குறளை எப்படி மாற்றிப் படிக்கவேண்டும்:

கொடுப்பது அழுக்கறுப்பான் சுற்றம் உடுப்பதூஉம் உண்பதூஉம் இன்றிக் கெடும்

இந்தக் குறளில் உள்ள கடினமான சொற்களும் அவற்றின் பொருளும்:

கொடுப்பது	=> பிறர் கொடுத்து உதவுகிற நன்மைகள்
அழுக்கறுப்பான்	=> பொறாமை கொள்வான்
சுற்றம்	=> உறவினர்கள்
உடுப்பதூஉம்	=> உடைகளும்
உண்பதூஉம்	=> உணவும்
இன்றி	=> இல்லாமல்
கெடும்	=> அழியும்

எளிய உரை:

பிறருக்குக் கிடைக்கிற நன்மைகளைப் பார்த்துப் பொறாமைப்படுகிறவன் உடுத்த ஆடையில்லாமல், உண்ண உணவில்லாமல் கெட்டுத் திரிவான். அவனுடைய உறவினர்களுக்கும் அதே நிலைமைதான் வரும். (ஒருவருக்கு வருகிற பொறாமை அவரைமட்டுமின்றி அவருடைய குடும்பத்தையும் பாதிக்கும்.)

குறள் எண்: 167

குறள்:

அவ்வித்து அழுக்காறு உடையானைச் செய்யவள்
தவ்வையைக் காட்டிவிடும்

இந்தக் குறளை எப்படி மாற்றிப் படிக்கவேண்டும்:

அவ்வித்து அழுக்காறு உடையானைச் செய்யவள் தவ்வையைக் காட்டிவிடும்

இந்தக் குறளில் உள்ள கடினமான சொற்களும் அவற்றின் பொருளும்:

அவ்வித்து => வஞ்சனை கொண்டு

அழுக்காறு => பொறாமை

உடையானை => உடையவனை

செய்யவள் => திருமகள்

தவ்வை => தமக்கை (அக்கா)

காட்டிவிடும் => காண்பித்துவிடுவார்

எளிய உரை:

மனத்தில் வஞ்சனை உடையவன், பிறரைப் பார்த்துப் பொறாமைப்படுகிறவன் வீட்டில் திருமகள் (செல்வத்தின் தெய்வம், ஸ்ரீதேவி) தங்கமாட்டார், தன் தமக்கையான மூதேவியை (அழிவின் தெய்வம்) அவன் வீட்டுக்கு அனுப்பிவிடுவார். (பொறாமை கொண்டவன் வீட்டில் செல்வம் சேராது, அழிவுதான் சேரும்.)

குறள் எண்: 168

குறள்:

அழுக்காறு என ஒரு பாவி திருச் செற்றுத்
தீ உழி உய்த்துவிடும்

இந்தக் குறளை எப்படி மாற்றிப் படிக்கவேண்டும்:

அழுக்காறு என ஒரு பாவி திருச் செற்றுத் தீ உழி உய்த்துவிடும்

இந்தக் குறளில் உள்ள கடினமான சொற்களும் அவற்றின் பொருளும்:

அழுக்காறு => பொறாமை

பாவி => கொடியவன்

திரு => செல்வம்

செற்று => அழித்து

தீ உழி => தீய வழி

உய்த்துவிடும் => சேர்த்துவிடும்

எளிய உரை:

பொறாமை மிகவும் கொடியது. அது ஒருவருடைய செல்வத்தை அழித்துத் தீய வழியில் தள்ளிவிடும்.

குறள் எண்: 169

குறள்:

அவ்விய நெஞ்சத்தான் ஆக்கமும் செவ்வியான்
கேடும் நினைக்கப்படும்

இந்தக் குறளை எப்படி மாற்றிப் படிக்கவேண்டும்:

அவ்விய நெஞ்சத்தான் ஆக்கமும் செவ்வியான் கேடும் நினைக்கப்படும்

இந்தக் குறளில் உள்ள கடினமான சொற்களும் அவற்றின் பொருளும்:

அவ்விய => *பொறாமை கொண்ட*

நெஞ்சத்தான் => *நெஞ்சத்தை உடையவன்*

ஆக்கம் => *செல்வம்*

செவ்வியான் => *சிறந்தவன்*

கேடு => *அழிவு*

எளிய உரை:

நல்லவன் வாழ்வான். பிறர்மீது பொறாமைப்படுகிறவன் அழிவான். இதுதான் பெரியோர்கள் நமக்குச் சொல்லுகிற உண்மை.

ஆனால், சில நேரங்களில் பொறாமைப்படுகிறவன் வாழ்கிறான், நல்லவன் அழிகிறான். இது ஒரு புரியாத புதிர்தான்.

குறள் எண்: 170

குறள்:

அழுக்கற்று அகன்றாரும் இல்லை, அஃது இல்லார்
பெருக்கத்தின் தீர்ந்தாரும் இல்

இந்தக் குறளை எப்படி மாற்றிப் படிக்கவேண்டும்:

அழுக்கற்று அகன்றாரும் இல்லை, அஃது இல்லார் பெருக்கத்தின் தீர்ந்தாரும் இல்

இந்தக் குறளில் உள்ள கடினமான சொற்களும் அவற்றின் பொருளும்:

அழுக்கற்று	=>	*பொறாமை கொண்டு*
அகன்றார்	=>	*அகன்றவர்கள் / பெருகியவர்கள் / செல்வத்தைப் பெருக்கியவர்கள்*
அஃது இல்லார்	=>	*அது (பொறாமை) இல்லாதவர்கள்*
பெருக்கத்தின்	=>	*வளர்ச்சியில்*
தீர்ந்தார்	=>	*குறைந்தவர்கள்*
இல்	=>	*இல்லை*

எளிய உரை:

பிறர்மீது பொறாமைப்படுகிறவர்கள் வளரமாட்டார்கள்; பொறாமை இல்லாதவர்கள் செழித்து வளர்வார்கள்.

அதிகாரம் 18: வெஃகாமை (பிறர் பொருட்களை வஞ்சகமாகக் கவர்ந்துகொள்ளாமல் இருத்தல்)

குறள் எண்: 171

குறள்:

நடு இன்றி நல் பொருள் வெஃகின் குடி பொன்றிக்
குற்றமும் ஆங்கே தரும்

இந்தக் குறளை எப்படி மாற்றிப் படிக்கவேண்டும்:

நடு இன்றி நல் பொருள் வெஃகின் குடி பொன்றிக் குற்றமும் ஆங்கே தரும்

இந்தக் குறளில் உள்ள கடினமான சொற்களும் அவற்றின் பொருளும்:

நடு இன்றி => நடுநிலைமை இன்றி

நல் பொருள் => நல்ல பொருள்

வெஃகின் => வஞ்சகமாகப் பெற நினைத்தால்

குடி பொன்றி => குலம் அழிந்து

ஆங்கே => அப்போதே

எளிய உரை:

நடுநிலைமை இன்றிச் செயல்படுகிறவன், பிறருடைய நல்ல பொருட்களைப் பறித்துக்கொள்ள நினைக்கிறவனுடைய குடும்பம் அழியும், அவன் இன்னும் பல குற்றங்களைச் செய்து கெட்டுப்போவான்.

குறள் எண்: 172

குறள்:

படு பயன் வெஃகிப் பழிப் படுவ செய்யார்,
நடுவு அன்மை நாணுபவர்

இந்தக் குறளை எப்படி மாற்றிப் படிக்கவேண்டும்:

நடுவு அன்மை நாணுபவர் படு பயன் வெஃகிப் பழிப் படுவ செய்யார்

இந்தக் குறளில் உள்ள கடினமான சொற்களும் அவற்றின் பொருளும்:

படு பயன் => படுகின்ற பயன்

வெஃகி => விரும்பி

பழிப் படுவ => பழிக்கப்படுகிற தீய செயல்கள்

செய்யார் => செய்யமாட்டார்

நடுவு அன்மை => நடுநிலைமை இன்றி நடந்துகொள்ளுதல்

நாணுபவர் => வெட்கப்படுகிறவர்

எளிய உரை:

நடுநிலைமையிலிருந்து விலகக்கூடாது என்று எண்ணுகிறவர்கள், அப்படி விலகினால் அதை எண்ணி வெட்கப்படுகிறவர்கள் எப்போதும் பழிச் செயல்களைச் செய்யமாட்டார்கள், அந்தப் பழிச் செயல்களால் கிடைக்கக்கூடிய பலன்களை விரும்பமாட்டார்கள்.

குறள் எண்: 173

குறள்:

சிற்றின்பம் வெஃகி அறன் அல்ல செய்யாரே,
மற்று இன்பம் வேண்டுபவர்

இந்தக் குறளை எப்படி மாற்றிப் படிக்கவேண்டும்:

மற்று இன்பம் வேண்டுபவர் சிற்றின்பம் வெஃகி அறன் அல்ல செய்யாரே

இந்தக் குறளில் உள்ள கடினமான சொற்களும் அவற்றின் பொருளும்:

சிற்றின்பம் => மதிப்பற்ற சிறு இன்பம்

வெஃகி => விரும்பி

அறன் அல்ல => அறம் இல்லாத / தீய செயல்கள்

செய்யார் => செய்யமாட்டார்

மற்று இன்பம் => மற்ற இன்பங்கள் (நிலையான இன்பங்கள்)

வேண்டுபவர் => விரும்புபவர்

எளிய உரை:

தீய செயல்களைச் செய்தால் இன்பம் வரக்கூடும். ஆனால், அது நிலையற்ற சிற்றின்பம்தான். உண்மையான, நிலையான இன்பத்தை விரும்புகிறவர்கள் தீய செயல்களைச் செய்யமாட்டார்கள்.

குறள் எண்: 174

குறள்:

இலம் என்று வெஃகுதல் செய்யார், புலம் வென்ற
புன்மை இல் காட்சியவர்

இந்தக் குறளை எப்படி மாற்றிப் படிக்கவேண்டும்:

புலம் வென்ற புன்மை இல் காட்சியவர் இலம் என்று வெஃகுதல் செய்யார்

இந்தக் குறளில் உள்ள கடினமான சொற்களும் அவற்றின் பொருளும்:

இலம் => நம்மிடம் இல்லை

வெஃகுதல் => பிறர் பொருளை விரும்புதல்

செய்யார் => செய்யமாட்டார்கள்

புலம் => புலன்கள்

புன்மை இல் => குற்றம் இல்லாத

காட்சியவர் => அறிவைக் கொண்டவர்கள்

எளிய உரை:

புலன்களை வென்றவர்கள், குற்றமற்றவர்கள், நல்ல அறிவைக் கொண்டவர்கள் தங்களிடம் ஒரு பொருள் இல்லை என்றால் அதைப் பிறரிடமிருந்து பறித்துக்கொள்ளலாம் என்று எண்ணமாட்டார்கள்.

குறள் எண்: 175

குறள்:

அஃகி அகன்ற அறிவு என்னாம், யார்மாட்டும்
வெஃகி வெறிய செயின்

இந்தக் குறளை எப்படி மாற்றிப் படிக்கவேண்டும்:

வெஃகி யார்மாட்டும் வெறிய செயின் அஃகி அகன்ற அறிவு என்னாம்

இந்தக் குறளில் உள்ள கடினமான சொற்களும் அவற்றின் பொருளும்:

அஃகி => நுட்பமான

அகன்ற => விரிவான

என்னாம் => என்ன ஆகும்? / அதனால் என்ன பயன்?

யார்மாட்டும் => எல்லாரிடமும்

வெஃகி => விரும்பி

வெறிய => அறிவற்ற செயல்கள்

செயின் => செய்தால்

எளிய உரை:

ஒருவர் நுட்பமான நூல்களைப் படித்துப் பரந்த அறிவோடு இருக்கிறார், ஆனால், மற்றவர்களுடைய பொருளின்மீது ஆசை கொண்டு அறிவற்ற செயல்களைச் செய்கிறார். அப்படியானால் அவர் உண்மையில் அறிவாளியா? (இல்லை.)

குறள் எண்: 176

குறள்:

அருள் வெஃகி ஆற்றின்கண் நின்றான் பொருள் வெஃகிப்
பொல்லாத சூழ, கெடும்

இந்தக் குறளை எப்படி மாற்றிப் படிக்கவேண்டும்:

அருள் வெஃகி ஆற்றின்கண் நின்றான் பொருள் வெஃகிப் பொல்லாத சூழ, கெடும்

இந்தக் குறளில் உள்ள கடினமான சொற்களும் அவற்றின் பொருளும்:

வெஃகி => விரும்பி

ஆற்றின்கண் => வழியில்

நின்றான் => நிற்கிறவன்

பொல்லாத => தீயவை

சூழ => நினைக்க

கெடும் => அழிவான்

எளிய உரை:

நல்லவற்றை விரும்பி நல்ல வழியில் செல்கிற ஒருவன் பிறருடைய பொருளைப் பறிக்க ஆசைப்பட்டால், அதற்காகத் தீய வழிகளில் சென்றால், அவன் அழிந்துபோவான்.

குறள் எண்: 177

குறள்:

வேண்டற்க வெஃகி ஆம் ஆக்கம். விளைவயின்
மாண்டற்கு அரிதாம் பயன்

இந்தக் குறளை எப்படி மாற்றிப் படிக்கவேண்டும்:

வெஃகி ஆம் ஆக்கம் வேண்டற்க. (வெஃகி ஆம் ஆக்கம்) விளைவயின் பயன் மாண்டற்கு அரிதாம்

இந்தக் குறளில் உள்ள கடினமான சொற்களும் அவற்றின் பொருளும்:

வேண்டற்க => விரும்பவேண்டாம்

வெஃகி => விரும்பி

ஆம் => ஆகும்

ஆக்கம் => செல்வம்

விளைவயின் => அனுபவிக்கும்போது

மாண்டற்கு => நன்மைக்கு

அரிதாம் => அரிது ஆகும் / உண்டாகாது

எளிய உரை:

பிறருடைய பொருளைப் பறித்துச் செல்வம் சேர்க்கலாம் என்று ஆசைப்படாதீர்கள். அப்படிக் கிடைக்கும் செல்வம் நல்ல பயனைத் தராது.

குறள் எண்: 178

குறள்:

அஃகாமை செல்வத்திற்கு யாது எனின், வெஃகாமை
வேண்டும் பிறன் கைப்பொருள்

இந்தக் குறளை எப்படி மாற்றிப் படிக்கவேண்டும்:

செல்வத்திற்கு அஃகாமை யாது எனின், பிறன் கைப்பொருள் வெஃகாமை வேண்டும்

இந்தக் குறளில் உள்ள கடினமான சொற்களும் அவற்றின் பொருளும்:

அஃகாமை	=>	*குறையாமல் இருத்தல்*
யாது	=>	*எது*
எனின்	=>	*என்றால்*
வெஃகாமை	=>	*விரும்பாமல் இருத்தல்*
பிறன்	=>	*மற்றவர்கள்*
கைப்பொருள்	=>	*சொந்தமான பொருள்*

எளிய உரை:

உங்களுடைய செல்வம் என்றென்றும் குறையாமல் செழித்து வளரவேண்டுமா? அப்படியானால், இன்னொருவருடைய செல்வத்தைப் பறித்துக்கொள்ளலாம் என்று ஆசைப்படாதீர்கள்.

குறள் எண்: 179

குறள்:

அறன் அறிந்து வெஃகா அறிவுடையார்ச் சேரும்
திறன் அறிந்து ஆங்கே திரு

இந்தக் குறளை எப்படி மாற்றிப் படிக்கவேண்டும்:

திரு, அறன் அறிந்து வெஃகா அறிவுடையார் திறன் அறிந்து ஆங்கே சேரும்

இந்தக் குறளில் உள்ள கடினமான சொற்களும் அவற்றின் பொருளும்:

அறன் => அறம்

வெஃகா => விரும்பாத

திறன் => திறமை

ஆங்கே => அங்கு

திரு => செல்வம்

எளிய உரை:

ஒருவர் நல்ல அறங்களை அறிந்து பின்பற்றுகிறார், மற்றவர்களுடைய பொருளைப் பறிக்கவேண்டும் என்று நினைப்பதில்லை, நல்ல அறிவாளியாக விளங்குகிறார். அப்படிப்பட்டவருடைய திறமையைச் செல்வம் மதிக்கும், அவரைத் தேடிச் சென்று சேரும். (செல்வம் நல்லவர்களைத் தேடி வரும்.)

குறள் எண்: 180

குறள்:

இறல் ஈனும் எண்ணாது வெஃகின். விறல் ஈனும்
வேண்டாமை என்னும் செருக்கு

இந்தக் குறளை எப்படி மாற்றிப் படிக்கவேண்டும்:

எண்ணாது வெஃகின் இறல் ஈனும். வேண்டாமை என்னும் செருக்கு விறல் ஈனும்

இந்தக் குறளில் உள்ள கடினமான சொற்களும் அவற்றின் பொருளும்:

இறல் => அழிதல்

ஈனும் => வழங்கும்

எண்ணாது => சிந்திக்காமல்

வெஃகின் => விரும்பினால்

விறல் => வெற்றி

வேண்டாமை=> பிறருடைய பொருளை விரும்பாமல் இருத்தல்

செருக்கு => இங்கு பெருமிதம் என்ற பொருளில் வருகிறது

எளிய உரை:

மற்றவர்களுடைய பொருளின்மீது ஆசைப்படுகிறவர்களுக்கு அழிவு வரும். 'எனக்கு இன்னொருவருடைய பொருள் வேண்டாம்' என்று பெருமையுடன் சொல்கிறவர்களுக்கு வெற்றி வரும்.

அதிகாரம் 19: புறங்கூறாமை (அருகில் இல்லாத ஒருவரைப்பற்றித் தவறாகப் பேசாமல் இருத்தல்)

குறள் எண்: 181

குறள்:

அறம் கூறான், அல்ல செயினும் ஒருவன்
புறம் கூறான் என்றல் இனிது

இந்தக் குறளை எப்படி மாற்றிப் படிக்கவேண்டும்:

ஒருவன் அறம் கூறான், அல்ல செயினும், புறம் கூறான் என்றல் இனிது

இந்தக் குறளில் உள்ள கடினமான சொற்களும் அவற்றின் பொருளும்:

கூறான் => சொல்லமாட்டான்

அல்ல => தீய செயல்கள்

செயினும் => செய்தாலும்

புறம் => அருகில் இல்லாத ஒருவரைப்பற்றித் தவறாகப் பேசுதல்

என்றல் => என்று சொல்லப்படுதல்

எளிய உரை:

ஒருவன் நல்லவற்றைப் பேசாவிட்டால்கூடப் பரவாயில்லை, தீய செயல்களைச் செய்யாவிட்டால்கூடப் பரவாயில்லை, அவன் தனக்கு அருகில் இல்லாத ஒருவரைப்பற்றித் தவறாகப் பேசாமல் இருக்கிறான் என்றால் அவன் இனியவன்தான்.

குறள் எண்: 182

குறள்:

> அறன் அழீஇ அல்லவை செய்தலின் தீதே
> புறன் அழீஇப் பொய்த்து நகை

இந்தக் குறளை எப்படி மாற்றிப் படிக்கவேண்டும்:

> அறன் அழீஇ அல்லவை செய்தலின், புறன் அழீஇப் பொய்த்து நகை தீதே

இந்தக் குறளில் உள்ள கடினமான சொற்களும் அவற்றின் பொருளும்:

அறன்	=>	அறம்
அழீஇ	=>	அழித்து
அல்லவை	=>	தீய செயல்கள்
செய்தலின்	=>	செய்வதைவிட
தீது	=>	தீமை
புறன்	=>	அருகில் இல்லாத ஒருவரைப்பற்றித் தவறாகப் பேசுதல்
பொய்த்து	=>	பொய்யாகப் பேசி
நகை	=>	நகைத்தல் / சிரித்தல்

எளிய உரை:

சிலர் நம்முடன் இருக்கும்போது பொய்யாக ஏதேதோ பேசிச் சிரிப்பார்கள், ஆனால், நாம் அந்தப் பக்கம் சென்றதும் பிறரிடம் நம்மைப்பற்றித் தவறாகப் பேசுவார்கள். இப்படி நடந்துகொள்கிறவர்கள் அறத்தை அழித்துத் தீமைகளைச் செய்கிறவர்களைவிட மோசமானவர்கள்.

குறள் எண்: 183

குறள்:

புறம் கூறிப் பொய்த்து உயிர் வாழ்தலின், சாதல்
அறம் கூறும் ஆக்கம் தரும்

இந்தக் குறளை எப்படி மாற்றிப் படிக்கவேண்டும்:

புறம் கூறிப் பொய்த்து உயிர் வாழ்தலின், சாதல் அறம் கூறும் ஆக்கம் தரும்

இந்தக் குறளில் உள்ள கடினமான சொற்களும் அவற்றின் பொருளும்:

புறம் => அருகில் இல்லாத ஒருவரைப்பற்றித் தவறாகப் பேசுதல்

கூறி => பேசி

பொய்த்து => பொய்யாகப் பேசி

வாழ்தலின் => வாழ்வதைவிட

சாதல் => இறத்தல்

ஆக்கம் => நல்ல பயன்

எளிய உரை:

சிலர் நம்முடன் இருக்கும்போது பொய்யாக ஏதேதோ பேசிச் சிரிப்பார்கள், ஆனால், நாம் அந்தப் பக்கம் சென்றதும் பிறரிடம் நம்மைப்பற்றித் தவறாகப் பேசுவார்கள். இப்படி வாழ்கிறவர்கள் அறத்தைப் பின்பற்றமுடியுமா? (முடியாது.)

அதனால், புறம் பேசி வாழ்வதைவிடச் சாவது மேல்!

குறள் எண்: 184

குறள்:

கண் நின்று கண் அறச் சொல்லினும் சொல்லற்க
முன் இன்று பின் நோக்காச் சொல்

இந்தக் குறளை எப்படி மாற்றிப் படிக்கவேண்டும்:

கண் நின்று கண் அறச் சொல்லினும், முன் இன்று பின் நோக்காச் சொல் சொல்லற்க

இந்தக் குறளில் உள்ள கடினமான சொற்களும் அவற்றின் பொருளும்:

கண் நின்று => கண் முன்னால் இருந்து

கண் அற => இரக்கம் இல்லாமல்

சொல்லினும் => சொன்னாலும்

சொல்லற்க => சொல்லவேண்டாம்

முன் இன்று => முன்னால் இல்லாத ஒருவரைப்பற்றி

பின் நோக்கா => பின்விளைவுகளை எண்ணாமல்

எளிய உரை:

ஒருவரைப்பற்றி ஏதாவது சொல்லவேண்டுமென்றால், அவர்களுக்கு முன்னால் சென்று நேரடியாகப் பேசிவிடுங்கள், இரக்கமின்றி அவர்களிடமே உண்மையைச் சொல்லிவிடுங்கள். அவர்கள் அருகில் இல்லாதபோது அவர்களைப்பற்றி ஏதேதோ குறை பேசவேண்டாம்.

குறள் எண்: 185

குறள்:

அறம் சொல்லும் நெஞ்சத்தான் அன்மை புறம் சொல்லும்
புன்மையால் காணப்படும்

இந்தக் குறளை எப்படி மாற்றிப் படிக்கவேண்டும்:

அறம் சொல்லும் நெஞ்சத்தான் அன்மை புறம் சொல்லும் புன்மையால் காணப்படும்

இந்தக் குறளில் உள்ள கடினமான சொற்களும் அவற்றின் பொருளும்:

நெஞ்சத்தான் => நெஞ்சத்தை உடையவன்

அன்மை => அப்படி இல்லாமலிருத்தல்

புறம் => அருகில் இல்லாத ஒருவரைப்பற்றித் தவறாகப் பேசுதல்

புன்மை => இழிவான தன்மை

காணப்படும் => அறிந்துகொள்ளப்படும்

எளிய உரை:

ஒருவர் அறத்தை உணர்ந்தவரா, நல்ல வழியில் நடக்கிறவரா என்று எப்படித் தெரிந்துகொள்வது?

அவர் தனக்குப் பக்கத்தில் இல்லாத யாரைப்பற்றியாவது தவறாகப் பேசுகிறாரா என்று பாருங்கள். அப்படிப் பேசினால், அவர் அறமில்லாதவர் என்று பொருள்.

குறள் எண்: 186

குறள்:

பிறன் பழி கூறுவான் தன் பழியுள்ளும்
திறன் தெரிந்து கூறப்படும்

இந்தக் குறளை எப்படி மாற்றிப் படிக்கவேண்டும்:

பிறன் பழி கூறுவான் தன் பழியுள்ளும் திறன் தெரிந்து கூறப்படும்

இந்தக் குறளில் உள்ள கடினமான சொற்களும் அவற்றின் பொருளும்:

பிறன் => மற்றவர்கள்

பழி => குற்றம்

கூறுவான் => சொல்கிறவன்

பழியுள்ளும் => பழிகளுக்குள்

திறன் தெரிந்து => பெரிய பழியைத் தேர்ந்தெடுத்து

கூறப்படும் => (மற்றவர்கள்) கூறுவார்கள்

எளிய உரை:

ஒருவன் ஊரில் எல்லார்மீதும் குற்றம் சொல்லிக்கொண்டு திரிகிறான் என்றால், ஊரார் அவனை ஆராயத் தொடங்குவார்கள், அவனுடைய மிகப் பெரிய குற்றங்களையெல்லாம் எடுத்துச்சொல்லி இழிவாகப் பேசுவார்கள். (பிறர்மீது சேறு இறைத்தால் நம்மீதும் சேறு வீசப்படும்.)

குறள் எண்: 187

குறள்:

பகச் சொல்லிக் கேளிர்ப் பிரிப்பர், நகச் சொல்லி
நட்பு ஆடல் தேற்றாதவர்

இந்தக் குறளை எப்படி மாற்றிப் படிக்கவேண்டும்:

நகச் சொல்லி நட்பு ஆடல் தேற்றாதவர் பகச் சொல்லிக் கேளிர்ப் பிரிப்பர்

இந்தக் குறளில் உள்ள கடினமான சொற்களும் அவற்றின் பொருளும்:

பக => பிளவு உண்டாகும்படி

கேளிர் => உறவினர் / நண்பர்

பிரிப்பர் => பிரிப்பார்கள்

நக => சிரிக்கும்படி

நட்பு ஆடல் => நட்பு கொள்ளுதல்

தேற்றாதவர் => தெரியாதவர்கள்

எளிய உரை:

மகிழ்ச்சியாகப் பேசிச் சிரித்தால் நட்பு வளரும், நன்மைகள் பெருகும். இந்த உண்மையை அறியாதவர்கள்தான் மற்றவர்களைப்பற்றிக் குற்றம் சொல்லிக்கொண்டு திரிவார்கள், நல்ல நண்பர்களையும் பிரித்துவிடுவார்கள்.

குறள் எண்: 188

குறள்:

துன்னியார் குற்றமும் தூற்றும் மரபினார்
என்னைகொல் ஏதிலார்மாட்டு

இந்தக் குறளை எப்படி மாற்றிப் படிக்கவேண்டும்:

துன்னியார் குற்றமும் தூற்றும் மரபினார் ஏதிலார்மாட்டு என்னைகொல்

இந்தக் குறளில் உள்ள கடினமான சொற்களும் அவற்றின் பொருளும்:

துன்னியார் => நெருங்கியவர்

தூற்றும் => இகழ்ந்து பேசுகிற

மரபினார் => பழக்கம் கொண்டவர்கள்

என்னைகொல் => என்ன செய்வார்களோ

ஏதிலார்மாட்டு => மற்றவர்களிடம்

எளிய உரை:

சிலர் தங்களுடைய நெருங்கிய நண்பர்களைப்பற்றியே இழிவாகப் பேசுகிறார்கள், அவர்களுடைய குற்றங்களைச் சுட்டிக்காட்டிச் சிரிக்கிறார்கள். அப்படிப்பட்டவர்கள் மற்றவர்களையெல்லாம் எப்படி மோசமாகப் பேசுவார்களோ!

குறள் எண்: 189

குறள்:

அறன் நோக்கி ஆற்றும்கொல் வையம், புறன் நோக்கிப்
புன் சொல் உரைப்பான் பொறை

இந்தக் குறளை எப்படி மாற்றிப் படிக்கவேண்டும்:

புறன் நோக்கிப் புன் சொல் உரைப்பான் பொறை அறன் நோக்கி வையம் ஆற்றும்கொல்

இந்தக் குறளில் உள்ள கடினமான சொற்களும் அவற்றின் பொருளும்:

அறன்	=>	அறம்
நோக்கி	=>	பார்த்து
ஆற்றும்கொல்	=>	தாங்குகிறது போல
வையம்	=>	உலகம்
புறன் நோக்கி	=>	பிறர் இல்லாத நேரம் பார்த்து
புன் சொல்	=>	இழிவான சொற்கள்
உரைப்பான்	=>	பேசுபவன்
பொறை	=>	உடல் எடை

எளிய உரை:

அருகில் இல்லாத ஒருவரைப்பற்றித் தவறாகப் பேசுகிறவர்கள் மனிதர்களே இல்லை, வெறும் சுமை. இந்தப் பூமி அறத்தைப் பின்பற்றுவதால்தான் இவர்களை இன்னும் பொறுமையுடன் தாங்கிக்கொண்டிருக்கிறதுபோல!

குறள் எண்: 190

குறள்:

ஏதிலார் குற்றம் போல் தன் குற்றம் காண்கிற்பின்
தீது உண்டோ மன்னும் உயிர்க்கு

இந்தக் குறளை எப்படி மாற்றிப் படிக்கவேண்டும்:

ஏதிலார் குற்றம் போல் தன் குற்றம் காண்கிற்பின் மன்னும் உயிர்க்குத் தீது உண்டோ

இந்தக் குறளில் உள்ள கடினமான சொற்களும் அவற்றின் பொருளும்:

ஏதிலார்	=>	மற்றவர்கள்
காண்கிற்பின்	=>	கண்டால்
தீது	=>	தீமை
மன்னும்	=>	நிலைத்திருக்கும்

எளிய உரை:

சிலர் அடுத்தவர்களைக் குறை சொல்லிப் பேசுகிறார்கள். ஆனால், தங்களிடமும் அப்படிப்பட்ட குறைகள் உள்ளன என்பதை அவர்கள் உணர்வதில்லை.

நாம் எல்லாரும் நம்முடைய குறைகளைப்பற்றிச் சிந்தித்தால், அவற்றைத் திருத்திக்கொள்ள முயன்றால், இவ்வுலகில் நன்மை பெருகும்!

அதிகாரம் 20: பயன் இல சொல்லாமை (பயனில்லாத சொற்களைப் பேசாமல் இருத்தல்)

குறள் எண்: 191

குறள்:

பல்லார் முனியப் பயன் இல சொல்லுவான்
எல்லாரும் எள்ளப்படும்

இந்தக் குறளை எப்படி மாற்றிப் படிக்கவேண்டும்:

பல்லார் முனியப் பயன் இல சொல்லுவான் எல்லாரும் எள்ளப்படும்

இந்தக் குறளில் உள்ள கடினமான சொற்களும் அவற்றின் பொருளும்:

பல்லார் => பலரும்

முனிய => சினம் கொள்ளும்படி

பயன் இல => பயன் இல்லாத சொற்கள்

எள்ளப்படும் => இகழப்படுவான்

எளிய உரை:

ஒருவன் பலரும் சினம் கொள்ளும்படி பயனில்லாத சொற்களைப் பேசினால், அவனை எல்லாரும் இகழ்வார்கள்.

குறள் எண்: 192

குறள்:

பயன் இல பல்லார்முன் சொல்லல், நயன் இல
நட்டார்கண் செய்தலின் தீது

இந்தக் குறளை எப்படி மாற்றிப் படிக்கவேண்டும்:

நட்டார்கண் நயன் இல செய்தலின் பல்லார்முன் பயன் இல சொல்லல் தீது

இந்தக் குறளில் உள்ள கடினமான சொற்களும் அவற்றின் பொருளும்:

பயன் இல => பயன் இல்லாத சொற்கள்

பல்லார்முன் => பலருக்கு முன்னால்

சொல்லல் => சொல்லுதல்

நயன் இல => நன்மை இல்லாத செயல்கள்

நட்டார்கண் => நண்பர்களிடம்

செய்தலின் => செய்வதைவிட

தீது => தீமை

எளிய உரை:

யாராவது தங்களுடைய நண்பர்களுக்குத் தீமை செய்வார்களா? (மாட்டார்கள்.)

பலருக்கு முன்னால் சென்று பயனில்லாத சொற்களைப் பேசுவது அதைவிடப் பெரிய குற்றம்.

குறள் எண்: 193

குறள்:

நயன் இலன் என்பது சொல்லும், பயன் இல
பாரித்து உரைக்கும் உரை

இந்தக் குறளை எப்படி மாற்றிப் படிக்கவேண்டும்:

பயன் இல பாரித்து உரைக்கும் உரை நயன் இலன் என்பது சொல்லும்

இந்தக் குறளில் உள்ள கடினமான சொற்களும் அவற்றின் பொருளும்:

நயன் இலன் => சிறப்பற்றவன்

பயன் இல => பயன் இல்லாத விஷயங்கள்

பாரித்து => விரிவாக

உரைக்கும் => பேசும்

உரை => பேச்சு

எளிய உரை:

ஒருவன் எந்நேரமும் பயனற்ற விஷயங்களை வளவளவென்று பேசிக்கொண்டிருக்கிறானா? அப்படியானால், அவன் சிறப்பற்றவன் என்று நாம் உறுதியாகச் சொல்லிவிடலாம்.

குறள் எண்: 194

குறள்:

நயன் சாரா நன்மையின் நீக்கும், பயன் சாராப்
பண்பு இல் சொல் பல்லார் அகத்து

இந்தக் குறளை எப்படி மாற்றிப் படிக்கவேண்டும்:

பயன் சாராப் பண்பு இல் சொல் பல்லார் அகத்து நயன் சாரா நன்மையின் நீக்கும்

இந்தக் குறளில் உள்ள கடினமான சொற்களும் அவற்றின் பொருளும்:

நயன் சாரா => சிறப்பு இல்லாத

நன்மையின் => நன்மையிலிருந்து

நீக்கும் => நீக்கிவிடும்

பயன் சாரா => பயன் இல்லாத

பண்பு இல் => பண்பு இல்லாத

பல்லார் அகத்து => பலரிடம்

எளிய உரை:

ஒருவன் பலரிடம் சென்று பயனில்லாத, பண்பில்லாத சொற்களைப் பேசுகிறான் என்றால், அவனுக்குச் சிறப்பும் கிடைக்காது, நன்மையும் கிடைக்காது.

குறள் எண்: 195

குறள்:

சீர்மை சிறப்பொடு நீங்கும், பயன் இல
நீர்மை உடையார் சொலின்

இந்தக் குறளை எப்படி மாற்றிப் படிக்கவேண்டும்:

நீர்மை உடையார் பயன் இல சொலின் சீர்மை சிறப்பொடு நீங்கும்

இந்தக் குறளில் உள்ள கடினமான சொற்களும் அவற்றின் பொருளும்:

சீர்மை => உயர்வு

சிறப்பொடு => சிறப்புடன்

பயன் இல => பயன் இல்லாத சொற்கள்

நீர்மை உடையார் => நல்ல தன்மையை உடையவர்கள்

சொலின் => சொன்னால்

எளிய உரை:

நல்லவர்கள் பயனற்ற சொற்களைப் பேசினால் அவர்களுடைய உயர்வு குறைந்துவிடும், சிறப்பு நீங்கிவிடும்.

குறள் எண்: 196

குறள்:

பயன் இல் சொல் பாராட்டுவானை மகன் எனல்,
மக்கள் பதடி எனல்

இந்தக் குறளை எப்படி மாற்றிப் படிக்கவேண்டும்:

பயன் இல் சொல் பாராட்டுவானை மகன் எனல், மக்கள் பதடி எனல்

இந்தக் குறளில் உள்ள கடினமான சொற்களும் அவற்றின் பொருளும்:

பயன் இல் சொல் => பயன் இல்லாத சொற்கள்

பாராட்டுவானை => விரும்பிச் சொல்பவனை

மகன் எனல் => மனிதன் என்று சொல்லவேண்டாம்

பதடி எனல் => வீணான பதர் என்று சொல்லவேண்டும்

எளிய உரை:

பயனில்லாத சொற்களை விரும்பிப் பேசுகிறவனை மனிதன் என்று அழைக்காதீர்கள், வெறும் மனிதப் பதர் என்று அழையுங்கள்.

குறள் எண்: 197

குறள்:

நயன் இல சொல்லினும் சொல்லுக சான்றோர்,
பயன் இல சொல்லாமை நன்று

இந்தக் குறளை எப்படி மாற்றிப் படிக்கவேண்டும்:

சான்றோர் நயன் இல சொல்லினும் சொல்லுக, பயன் இல சொல்லாமை நன்று

இந்தக் குறளில் உள்ள கடினமான சொற்களும் அவற்றின் பொருளும்:

நயன் இல => நன்மை இல்லாத சொற்கள்

சொல்லினும் => சொன்னாலும்

சொல்லுக => சொல்லுங்கள்

சான்றோர் => சிறந்தவர்கள்

பயன் இல => பயன் இல்லாத சொற்கள்

சொல்லாமை => சொல்லாமல் இருத்தல்

நன்று => நல்லது

எளிய உரை:

உங்களால் நன்மை தரும் சொற்களைப் பேச இயலாவிட்டாலும் பரவாயில்லை, பயனற்ற சொற்களைப் பேசாமல் இருங்கள். அதுதான் சிறந்த பெரியோர்களின் பண்பு.

குறள் எண்: 198

குறள்:

அரும் பயன் ஆயும் அறிவினார் சொல்லார்
பெரும் பயன் இல்லாத சொல்

இந்தக் குறளை எப்படி மாற்றிப் படிக்கவேண்டும்:

அரும் பயன் ஆயும் அறிவினார் பெரும் பயன் இல்லாத சொல் சொல்லார்

இந்தக் குறளில் உள்ள கடினமான சொற்களும் அவற்றின் பொருளும்:

அரும் பயன் => அரிய, பயன்மிக்க விஷயங்கள்

ஆயும் => ஆராய்கிற

அறிவினார் => அறிவாளிகள்

சொல்லார் => சொல்லமாட்டார்கள்

எளிய உரை:

அரிய, பயனுள்ள விஷயங்களை ஆராய்கிற அறிஞர்கள் எப்போதும் பெரிய பயனைத் தராத சொற்களைப் பேசமாட்டார்கள்.

குறள் எண்: 199

குறள்:

பொருள் தீர்ந்த பொச்சாந்தும் சொல்லார், மருள் தீர்ந்த
மாசு அறு காட்சியவர்

இந்தக் குறளை எப்படி மாற்றிப் படிக்கவேண்டும்:

மருள் தீர்ந்த மாசு அறு காட்சியவர் பொச்சாந்தும் பொருள் தீர்ந்த சொல்லார்

இந்தக் குறளில் உள்ள கடினமான சொற்களும் அவற்றின் பொருளும்:

பொருள் தீர்ந்த => பயன் இல்லாத சொற்கள்

பொச்சாந்தும் => மறந்தும்

சொல்லார் => சொல்லமாட்டார்கள்

மருள் தீர்ந்த => மயக்கம் இல்லாத

மாசு அறு => குற்றம் அற்ற

காட்சியவர் => அறிவுள்ளவர்கள்

எளிய உரை:

மயக்கமில்லாத, குற்றமற்ற அறிவை உடையவர்கள் மறந்தும் பயனற்ற சொற்களைப் பேசமாட்டார்கள்.

குறள் எண்: 200

குறள்:

சொல்லுக சொல்லில் பயனுடைய. சொல்லற்க
சொல்லில் பயன் இலாச் சொல்

இந்தக் குறளை எப்படி மாற்றிப் படிக்கவேண்டும்:

சொல்லில் பயனுடைய சொல்லுக. சொல்லில் பயன் இலாச் சொல் சொல்லற்க

இந்தக் குறளில் உள்ள கடினமான சொற்களும் அவற்றின் பொருளும்:

சொல்லுக => சொல்லுங்கள்

சொல்லில் => சொற்களில்

பயனுடைய => பயன் உள்ள சொற்கள்

சொல்லற்க => சொல்லவேண்டாம்

பயன் இலா => பயன் இல்லாத

எளிய உரை:

பயனுள்ள சொற்களைத் தேர்ந்தெடுத்துப் பேசுங்கள். பயனற்ற சொற்களை எப்போதும் பேசாதீர்கள்.

அதிகாரம் 21: தீவினை அச்சம்
(தீய செயல்களைச் செய்ய அஞ்சுதல்)

குறள் எண்: 201

குறள்:

தீ வினையார் அஞ்சார், விழுமியார் அஞ்சுவர்
தீ வினை என்னும் செருக்கு

இந்தக் குறளை எப்படி மாற்றிப் படிக்கவேண்டும்:

தீ வினை என்னும் செருக்கு தீ வினையார் அஞ்சார், விழுமியார் அஞ்சுவர்

இந்தக் குறளில் உள்ள கடினமான சொற்களும் அவற்றின் பொருளும்:

தீ வினையார் => தீய செயல்களைச் செய்பவர்கள்

அஞ்சார் => அஞ்சமாட்டார்கள்

விழுமியார் => சிறந்தவர்கள்

அஞ்சுவர் => அஞ்சுவார்கள்

செருக்கு => அகந்தை

எளிய உரை:

தீய செயல்களைச் செய்து பழகியவர்கள் அதை எண்ணி வருந்துவதோ, அஞ்சுவதோ இல்லை. ஆனால், நல்லவர்கள் தீய செயல்களைச் செய்ய அஞ்சுவார்கள்.

குறள் எண்: 202

குறள்:

தீயவை தீய பயத்தலால் தீயவை
தீயினும் அஞ்சப்படும்

இந்தக் குறளை எப்படி மாற்றிப் படிக்கவேண்டும்:

தீயவை தீய பயத்தலால் தீயவை தீயினும் அஞ்சப்படும்

இந்தக் குறளில் உள்ள கடினமான சொற்களும் அவற்றின் பொருளும்:

தீயவை => தீய செயல்கள்

தீய => தீமை / துன்பங்கள்

பயத்தலால் => தருவதால்

தீயினும் => தீயைவிட

எளிய உரை:

நாம் பிறருக்குத் தீமை செய்தால், நமக்கும் தீமைதான் வரும். அதனால், தீய செயல்கள் நெருப்பை விடக் கொடுமையானவை. அவற்றை எண்ணி நாம் அஞ்சவேண்டும்.

குறள் எண்: 203

குறள்:

அறிவினுள் எல்லாம் தலை என்ப, தீய
செறுவார்க்கும் செய்யா விடல்

இந்தக் குறளை எப்படி மாற்றிப் படிக்கவேண்டும்:

செறுவார்க்கும் தீய செய்யா விடல் அறிவினுள் எல்லாம் தலை என்ப

இந்தக் குறளில் உள்ள கடினமான சொற்களும் அவற்றின் பொருளும்:

அறிவினுள் எல்லாம்	=>	எல்லா அறிவுகளிலும்
தலை	=>	உயர்வானது
என்ப	=>	என்பார்கள்
தீய	=>	தீயவற்றைச்
செறுவார்க்கும்	=>	எதிரிகளுக்கும்
செய்யா விடல்	=>	செய்யாமல் விடுதல்

எளிய உரை:

நமக்குத் தீமை செய்தவர்களைக்கூட நாம் மன்னித்துவிட வேண்டும், அவர்களுக்குத் தீங்கு செய்யக்கூடாது. அதுதான் அறிவுகளிலெல்லாம் மிகப் பெரிய அறிவு என்று பெரியோர்கள் சொல்வார்கள்.

குறள் எண்: 204

குறள்:

மறந்தும் பிறன் கேடு சூழற்க. சூழின்
அறம் சூழும் சூழ்ந்தவன் கேடு

இந்தக் குறளை எப்படி மாற்றிப் படிக்கவேண்டும்:

பிறன் கேடு மறந்தும் சூழற்க. (பிறன் கேடு) சூழின், சூழ்ந்தவன் கேடு அறம் சூழும்

இந்தக் குறளில் உள்ள கடினமான சொற்களும் அவற்றின் பொருளும்:

பிறன் => *இன்னொருவர் / மற்றவர்*

கேடு => *கெடுதல்*

சூழற்க => *எண்ணவேண்டாம்*

சூழின் => *எண்ணினால்*

சூழும் => *எண்ணும்*

சூழ்ந்தவன் => *எண்ணியவன்*

எளிய உரை:

அடுத்தவனுக்குக் கெட்டது நடக்கவேண்டும் என்று மறந்தும் நினைக்காதீர்கள். அப்படி நினைத்தால், உங்களுக்குக் கெட்டது நடக்கவேண்டும் என்று அறம் நினைத்துவிடும். (பிறருக்குக் கெடுதல் நினைப்பவன் தானே கெட்டு அழிவான்.)

குறள் எண்: 205

குறள்:

இலன் என்று தீயவை செய்யற்க. செய்யின்
இலன் ஆகும் மற்றுப் பெயர்த்து

இந்தக் குறளை எப்படி மாற்றிப் படிக்கவேண்டும்:

இலன் என்று தீயவை செய்யற்க. (தீயவை) செய்யின் மற்றுப் பெயர்த்து இலன் ஆகும்

இந்தக் குறளில் உள்ள கடினமான சொற்களும் அவற்றின் பொருளும்:

இலன் => இல்லாதவன் / வறியவன் / ஏழை

தீயவை => தீய செயல்கள்

செய்யற்க => செய்யவேண்டாம்

செய்யின் => செய்தால்

மற்று => அசைச்சொல் (பொருள் உணர்த்தாத சொல்)

பெயர்த்து => மீண்டும்

எளிய உரை:

நான் ஏழை, அதனால் தீய செயல்களைச் செய்கிறேன் என்று சொல்லாதீர்கள். தீய செயல்களைச் செய்தால் உங்கள் வறுமை குறையாது, இன்னும் பெருகும். நீங்கள் என்றைக்கும் ஏழையாகத்தான் இருப்பீர்கள்.

குறள் எண்: 206

குறள்:

தீப்பால தான் பிறர்கண் செய்யற்க, நோய்ப்பால
தன்னை அடல் வேண்டாதான்

இந்தக் குறளை எப்படி மாற்றிப் படிக்கவேண்டும்:

தன்னை நோய்ப்பால அடல் வேண்டாதான் பிறர்கண் தீப்பால செய்யற்க

இந்தக் குறளில் உள்ள கடினமான சொற்களும் அவற்றின் பொருளும்:

தீப்பால	=> தீய செயல்கள்
பிறர்கண்	=> பிறரிடம்
செய்யற்க	=> செய்யவேண்டாம்
நோய்ப்பால	=> நோய்த்தன்மை கொண்டவை / துன்பம் தருகிறவை
அடல்	=> துன்புறுத்துவதை
வேண்டாதான்	=> விரும்பாதவன்

எளிய உரை:

உங்களுக்கு வாழ்க்கையில் துன்பம் வேண்டாமா? அப்படியென்றால் யாருக்கும் தீமை செய்யாதீர்கள்.

குறள் எண்: 207

குறள்:

எனைப் பகை உற்றாரும் உய்வர். வினைப் பகை
வீயாது பின்சென்று அடும்

இந்தக் குறளை எப்படி மாற்றிப் படிக்கவேண்டும்:

எனைப் பகை உற்றாரும் உய்வர். வினைப் பகை வீயாது பின்சென்று அடும்

இந்தக் குறளில் உள்ள கடினமான சொற்களும் அவற்றின் பொருளும்:

எனைப் பகை	=> எப்படிப்பட்ட பகை
உற்றாரும்	=> பெற்றவர்களும்
உய்வர்	=> தப்பிப் பிழைப்பார்கள்
வினைப் பகை	=> தீய செயல்கள் என்னும் பகை
வீயாது	=> நீங்காமல்
அடும்	=> அழிக்கும்

எளிய உரை:

ஒருவன் எப்பேர்ப்பட்ட பகையையும் எதிர்த்து வென்றுவிடலாம், ஆனால், பிறருக்குத் தீமை செய்வதால் வருகிற பகையைமட்டும் வெல்லமுடியாது. அது விடாமல் அவனைத் துரத்தி வந்து அழிக்கும்.

குறள் எண்: 208

குறள்:

தீயவை செய்தார் கெடுதல் நிழல் தன்னை
வீயாது அடி உறைந்து அற்று

இந்தக் குறளை எப்படி மாற்றிப் படிக்கவேண்டும்:

தீயவை செய்தார் கெடுதல், நிழல் தன்னை வீயாது அடி உறைந்து அற்று

இந்தக் குறளில் உள்ள கடினமான சொற்களும் அவற்றின் பொருளும்:

தீயவை	=> தீய செயல்கள்
செய்தார்	=> செய்தவர்
தன்னை	=> ஒருவனை
வீயாது	=> நீங்காமல்
அடி	=> காலடியில்
உறைந்து அற்று	=> தங்கினாற்போன்றது

எளிய உரை:

ஒருவனுடைய நிழல் அவனை விட்டுப் பிரியாது, எப்போதும் அவனுடைய காலுக்குக் கீழேதான் இருக்கும். இது உறுதி. அதுபோல, தீமை செய்தவன் அழிவான். இதுவும் உறுதி.

குறள் எண்: 209

குறள்:

தன்னைத் தான் காதலன் ஆயின், எனைத்து ஒன்றும்
துன்னற்க தீ வினைப்பால்

இந்தக் குறளை எப்படி மாற்றிப் படிக்கவேண்டும்:

தன்னைத் தான் காதலன் ஆயின் தீ வினைப்பால் எனைத்து ஒன்றும் துன்னற்க

இந்தக் குறளில் உள்ள கடினமான சொற்களும் அவற்றின் பொருளும்:

தன்னைத் தான் காதலன் => தன்னையே காதலிக்கிறவன்

ஆயின் => ஆனால்

எனைத்து ஒன்றும் => எவ்வளவு சிறிய அளவிலும்

துன்னற்க => செய்யவேண்டாம்

தீ வினை => தீய செயல்

பால் => பகுதி

எளிய உரை:

உங்களை நீங்களே நேசிக்கிறீர்களா?

ஆம் எனில், நீங்கள் தீமையின் பக்கமே செல்லமாட்டீர்கள், மற்றவர்களுக்குச் சிறிய கெடுதலைக்கூடச் செய்யமாட்டீர்கள்.

குறள் எண்: 210

குறள்:

அரும் கேடன் என்பது அறிக, மருங்கு ஓடித்
தீ வினை செய்யான் எனின்

இந்தக் குறளை எப்படி மாற்றிப் படிக்கவேண்டும்:

மருங்கு ஓடித் தீ வினை செய்யான் எனின் அரும் கேடன் என்பது அறிக

இந்தக் குறளில் உள்ள கடினமான சொற்களும் அவற்றின் பொருளும்:

அரும் கேடன்	=>	*கெடுதல் இல்லாதவன்*
அறிக	=>	*அறிந்துகொள்ளுங்கள்*
மருங்கு	=>	*பக்கம்*
தீ வினை	=>	*தீய செயல்*
செய்யான்	=>	*செய்யாதவன்*
எனின்	=>	*என்றால்*

எளிய உரை:

தீய வழியில் நடந்து, தீய செயல்களைச் செய்யாதவர்களுக்கு எந்தக் கெடுதலும் வராது. இதை அறிந்துகொள்ளுங்கள்.

அதிகாரம் 22: ஒப்புரவு அறிதல்
[பலருக்கும் உதவும்படி வாழக் கற்றுக்கொள்ளுதல்]

குறள் எண்: 211

குறள்:

கைம்மாறு வேண்டாக் கடப்பாடு, மாரிமாட்டு
என் ஆற்றும்கொல்லோ உலகு

இந்தக் குறளை எப்படி மாற்றிப் படிக்கவேண்டும்:

மாரிமாட்டு உலகு என் கைம்மாறு ஆற்றும்கொல்லோ. கடப்பாடு (கைம்மாறு) வேண்டா

இந்தக் குறளில் உள்ள கடினமான சொற்களும் அவற்றின் பொருளும்:

கைம்மாறு => பதில் உதவி

வேண்டா => எதிர்பார்க்காத

கடப்பாடு => கடமை / உதவி

மாரிமாட்டு => மழைக்கு / மேகங்களுக்கு

என் ஆற்றும்கொல்லோ => என்ன செய்யுமோ

உலகு => உலகம்

எளிய உரை:

மழைதான் இந்த உலகத்தை வாழவைக்கிறது. ஆனால், அந்த மழையின் உதவிக்கு இந்த உலகம் என்ன கைம்மாறு செய்கிறது? (ஏதுமில்லை.) நல்லவர்களும் மழையைப்போலத்தான். அவர்கள் எந்தப் பதில் உதவியையும் எதிர்பார்க்காமல் பிறருக்கு உதவுவார்கள்.

குறள் எண்: 212

குறள்:

தாள் ஆற்றித் தந்த பொருள் எல்லாம் தக்கார்க்கு
வேளாண்மை செய்தற்பொருட்டு

இந்தக் குறளை எப்படி மாற்றிப் படிக்கவேண்டும்:

தாள் ஆற்றித் தந்த பொருள் எல்லாம் தக்கார்க்கு வேளாண்மை செய்தற்பொருட்டு

இந்தக் குறளில் உள்ள கடினமான சொற்களும் அவற்றின் பொருளும்:

தாள் => முயற்சி

ஆற்றி => செய்து

தந்த => பெற்ற

தக்கார்க்கு => தகுதி உள்ளவர்களுக்கு

வேளாண்மை செய்தற்பொருட்டு => உதவுவதற்கு

எளிய உரை:

நாம் உழைத்துச் செல்வம் சேர்ப்பதெல்லாம் எதற்கு?

தகுதியுள்ளவர்களுக்குக் கொடுத்து உதவத்தான்!

குறள் எண்: 213

குறள்:

புத்தேள் உலகத்தும் ஈண்டும் பெறல் அரிதே
ஒப்புரவின் நல்ல பிற

இந்தக் குறளை எப்படி மாற்றிப் படிக்கவேண்டும்:

ஈண்டும் புத்தேள் உலகத்தும் ஒப்புரவின் நல்ல பிற பெறல் அரிதே

இந்தக் குறளில் உள்ள கடினமான சொற்களும் அவற்றின் பொருளும்:

புத்தேள் => தேவர்கள்

உலகத்தும் => உலகத்திலும்

ஈண்டும் => இங்கும்

பெறல் => பெறுவது

அரிது => கடினமானது

ஒப்புரவின் => பிறருக்கு உதவுவதைவிட

பிற => மற்றவை

எளிய உரை:

இந்த உலகம்முழுக்கத் தேடினாலும் சரி, தேவர்கள் வாழ்கிற வானுலகத்தில் தேடினாலும் சரி, பிறருக்கு உதவுகின்ற ஒப்புரவைவிடச் சிறந்த ஒரு பண்பு நமக்குக் கிடைக்காது.

குறள் எண்: 214

குறள்:

ஒத்தது அறிவான் உயிர் வாழ்வான். மற்றையான்
செத்தாருள் வைக்கப்படும்

இந்தக் குறளை எப்படி மாற்றிப் படிக்கவேண்டும்:

ஒத்தது அறிவான் உயிர் வாழ்வான். மற்றையான் செத்தாருள் வைக்கப்படும்

இந்தக் குறளில் உள்ள கடினமான சொற்களும் அவற்றின் பொருளும்:

ஒத்தது => உலக நடைமுறைக்கு ஏற்றது

அறிவான் => அறிந்தவன்

மற்றையான் => மற்றவன் (அதை அறியாதவன்)

செத்தாருள் => இறந்தவர்களுக்குள்

வைக்கப்படும் => வைத்துக் கருதப்படுவான்

எளிய உரை:

உலகத்தின் நடைமுறையை அறிந்து அதற்கேற்பச் சரியாக நடக்கிறவன் நன்றாக வாழ்கிறான். அவ்வாறு நடக்காதவன் உயிர் இருந்தும் பிணம்தான்.

குறள் எண்: 215

குறள்:

ஊர் உணி நீர் நிறைந்து அற்றே, உலகு அவாம்
பேர் அறிவாளன் திரு

இந்தக் குறளை எப்படி மாற்றிப் படிக்கவேண்டும்:

உலகு அவாம் பேர் அறிவாளன் திரு, ஊர் உணி நீர் நிறைந்து அற்றே

இந்தக் குறளில் உள்ள கடினமான சொற்களும் அவற்றின் பொருளும்:

ஊர் உணி => ஊர் மக்கள் நீர் உண்ணும் குளம்

நிறைந்து அற்றே => நிறைந்ததைப்போன்றது

உலகு => உலகம்

அவாம் => விரும்புகின்ற

பேர் அறிவாளன் => பேரறிவை உடையவன்

திரு => செல்வம்

எளிய உரை:

ஊருக்கு நடுவில் ஒரு குளம் இருக்கிறது. அதில் நீர் நிறைந்து வழிகிறது. அதை எல்லாரும் குடித்து மகிழ்கிறார்கள்.

உலகத்தின்மீது அன்பு கொண்ட, பேரறிவு நிறைந்த மக்களிடம் இருக்கும் செல்வமும் அப்படித்தான். (நல்லவர்களுடைய செல்வம் எல்லாருக்கும் பயன்படும்.)

குறள் எண்: 216

குறள்:

பயன் மரம் உள்ளூர்ப் பழுத்து அற்றால், செல்வம்
நயன் உடையான்கண் படின்

இந்தக் குறளை எப்படி மாற்றிப் படிக்கவேண்டும்:

நயன் உடையான்கண் செல்வம் படின், உள்ளூர்ப் பயன் மரம் பழுத்து அற்றால்

இந்தக் குறளில் உள்ள கடினமான சொற்களும் அவற்றின் பொருளும்:

பயன் மரம் => பயன்படுகின்ற மரம்

பழுத்து அற்றால் => பழுத்ததைப்போன்றது

நயன் உடையான்கண் => நன்மை உடையவனிடம்

படின் => கிடைத்தால்

எளிய உரை:

ஊருக்கு நடுவில் ஒரு மரம் இருக்கிறது. அதில் கனிகள் பழுத்துக் குலுங்குகின்றன. அதை எல்லாரும் உண்டு மகிழ்கிறார்கள்.

நல்லவர்களிடம் இருக்கும் செல்வமும் அப்படித்தான். (நல்லவர்களுடைய செல்வம் எல்லாருக்கும் பயன்படும்.)

குறள் எண்: 217

குறள்:

மருந்து ஆகித் தப்பா மரத்து அற்றால், செல்வம்
பெருந்தகையான்கண் படின்

இந்தக் குறளை எப்படி மாற்றிப் படிக்கவேண்டும்:

பெருந்தகையான்கண் செல்வம் படின், மருந்து ஆகித் தப்பா மரத்து அற்றால்

இந்தக் குறளில் உள்ள கடினமான சொற்களும் அவற்றின் பொருளும்:

தப்பா => தப்பாத / தவறாத

மரத்து அற்றால் => மரத்தைப்போன்றது

பெருந்தகையான்கண் => பெரிய தகுதியுடையவனிடம்

படின் => கிடைத்தால்

எளிய உரை:

மரங்களைப் பாருங்கள்! அவை தங்களுடைய பட்டை, இலை, வேர் என அனைத்தையும் மருந்தாக ஆக்கியுள்ளன. இவற்றைப் பயன்படுத்தி மக்கள் தங்களுடைய நோய்களை நீக்கிக்கொள்கிறார்கள். தகுதி மிக்க நல்லவர்களிடம் இருக்கும் செல்வமும் அப்படித்தான். (நல்லவர்களுடைய செல்வம் எல்லாருக்கும் பயன்படும்.)

குறள் எண்: 218

குறள்:

இடன் இல் பருவத்தும் ஒப்புரவிற்கு ஒல்கார்,
கடன் அறி காட்சியவர்

இந்தக் குறளை எப்படி மாற்றிப் படிக்கவேண்டும்:

கடன் அறி காட்சியவர் இடன் இல் பருவத்தும் ஒப்புரவிற்கு ஒல்கார்

இந்தக் குறளில் உள்ள கடினமான சொற்களும் அவற்றின் பொருளும்:

இடன் இல்	=>	இடமில்லாத / வசதி இல்லாத
பருவத்தும்	=>	நேரத்திலும்
ஒப்புரவிற்கு	=>	பிறருக்கு உதவுவதற்கு
ஒல்கார்	=>	தளரமாட்டார்கள்
கடன்	=>	கடமை
அறி	=>	அறிந்த
காட்சியவர்	=>	அறிவாளிகள்

எளிய உரை:

அறிவாளிகள் தங்களுடைய கடமையை நன்கு அறிந்திருப்பார்கள். அதனால், அவர்கள் எப்போதும் மற்றவர்களுக்கு உதவுவார்கள், வறுமை வந்தாலும் பிறருக்கு உதவுவதை விடமாட்டார்கள்.

குறள் எண்: 219

குறள்:

> நயன் உடையான் நல்கூர்ந்தான் ஆதல், செயும் நீர
> செய்யாது அமைகலா ஆறு

இந்தக் குறளை எப்படி மாற்றிப் படிக்கவேண்டும்:

> செயும் நீர செய்யாது அமைகலா ஆறு, நயன் உடையான் நல்கூர்ந்தான் ஆதல்

இந்தக் குறளில் உள்ள கடினமான சொற்களும் அவற்றின் பொருளும்:

நயன் உடையான்	=>	நன்மை உடையவன் / நல்லவன்
நல்கூர்ந்தான்	=>	ஏழை
ஆதல்	=>	ஆவது
செயும்	=>	செய்கின்ற
நீர	=>	தன்மை கொண்டவை
செய்யாது	=>	செய்யாமல்
அமைகலா	=>	அமையாத
ஆறு	=>	வழி

எளிய உரை:

> நல்லவன் எப்போதும் பிறருக்கு உதவத்தான் விரும்புவான். ஒருவேளை, அப்படிப் பிறருக்கு உதவ இயலாத நிலைமை வந்துவிட்டால், அவன் தன்னை ஏழையாக உணர்வான். (பிறருக்கு உதவமுடியாமல் இருப்பதுதான் உண்மையான வறுமை.)

குறள் எண்: 220

குறள்:

ஒப்புரவினால் வரும் கேடு எனின், அஃது ஒருவன்
விற்றுக் கோள்தக்கது உடைத்து

இந்தக் குறளை எப்படி மாற்றிப் படிக்கவேண்டும்:

ஒப்புரவினால் கேடு வரும் எனின், அஃது ஒருவன் விற்றுக் கோள்தக்கது உடைத்து

இந்தக் குறளில் உள்ள கடினமான சொற்களும் அவற்றின் பொருளும்:

ஒப்புரவினால்	=> பிறருக்கு உதவி செய்வதால்
கேடு	=> கெடுதல்
எனின்	=> என்றால்
அஃது	=> அது
விற்றுக் கோள்	=> தன்னையே விற்று வாங்கக்கூடிய
தக்கது உடைத்து	=> தகுதியைக் கொண்டது

எளிய உரை:

பிறருக்கு உதவி செய்தால் கெடுதல் வரும் என்கிறார்கள் சிலர்.

ஒருவேளை, அது உண்மையென்றால், அந்தக் கெடுதலை நாம் வரவேற்கவேண்டும், நம்மையே விலைக்கு விற்றாவது அந்தக் கெடுதலை வாங்கிக்கொள்ளவேண்டும். (எந்தச் சூழ்நிலையிலும் பிறருக்கு உதவவேண்டும்.)

அதிகாரம் 23: ஈகை (பிறருக்குக் கொடுத்து உதவுதல்)

குறள் எண்: 221

குறள்:

வறியார்க்கு ஒன்று ஈவதே ஈகை. மற்று எல்லாம்
குறி எதிர்ப்பை நீரது உடைத்து

இந்தக் குறளை எப்படி மாற்றிப் படிக்கவேண்டும்:

வறியார்க்கு ஒன்று ஈவதே ஈகை. மற்று எல்லாம் குறி எதிர்ப்பை நீரது உடைத்து

இந்தக் குறளில் உள்ள கடினமான சொற்களும் அவற்றின் பொருளும்:

வறியார்க்கு	=>	ஏழைகளுக்கு
ஈவதே	=>	கொடுப்பதுதான்
மற்று எல்லாம்	=>	மற்ற அனைத்தும்
குறி எதிர்ப்பை	=>	திரும்பப் பெறுவதைக் குறியாகக் கொண்டது
நீரது உடைத்து	=>	தன்மையை உடையது

எளிய உரை:

ஏழைகளுக்கு உதவினால்தான் அது ஈகை. மற்றவர்களுக்கு உதவினால் அது ஈகை இல்லை. ஏனெனில், ஏழையாக இல்லாதவர்களுக்கு உதவி செய்யும்போது, 'இவர்கள் பின்னர் வேறு வகையில் இந்த உதவியை நமக்குத் திருப்பிச் செய்வார்கள்' என்று நாம் எதிர்பார்க்கிறோம். அதனால், அது ஈகை ஆகாது. (எதையும் எதிர்பார்க்காமல் கொடுப்பதுதான் ஈகை.)

குறள் எண்: 222

குறள்:

நல் ஆறு எனினும் கொளல் தீது. மேல் உலகம்
இல் எனினும் ஈதலே நன்று

இந்தக் குறளை எப்படி மாற்றிப் படிக்கவேண்டும்:

கொளல் நல் ஆறு எனினும் தீது. மேல் உலகம் இல் எனினும் ஈதலே நன்று

இந்தக் குறளில் உள்ள கடினமான சொற்களும் அவற்றின் பொருளும்:

நல் ஆறு	*=> நல்ல வழி*
எனினும்	*=> என்றாலும்*
கொளல்	*=> பிறருடைய உதவியை ஏற்றுக்கொள்ளுதல்*
தீது	*=> தீமையானது*
மேல் உலகம்	*=> தேவர்கள் உலகம்*
இல்	*=> இல்லை*
ஈதலே	*=> பிறருக்கு உதவுவதுதான்*
நன்று	*=> நல்லது*

எளிய உரை:

பிறரிடம் உதவி பெறுவதால் நமக்கு நன்மை கிடைக்கும் என்றாலும் பரவாயில்லை, அந்த உதவியை ஏற்றுக்கொள்ளாமல் மறுத்துவிடவேண்டும். ஏனெனில், உதவி பெறுவது கெட்டது. பிறருக்கு உதவி செய்வதால் நமக்குக் கிடைக்கவேண்டிய வானுலகம் (சொர்க்கம்) கிடைக்காமல் போய்விடும் என்றாலும் பரவாயில்லை, அந்த உதவியைக் கண்டிப்பாகச் செய்யவேண்டும். ஏனெனில், உதவி செய்வது நல்லது.

குறள் எண்: 223

குறள்:

இலன் என்னும் எவ்வம் உரையாமை ஈதல்
குலன் உடையான்கண்ணே உள

இந்தக் குறளை எப்படி மாற்றிப் படிக்கவேண்டும்:

இலன் என்னும் எவ்வம் உரையாமை ஈதல் குலன் உடையான்கண்ணே உள

இந்தக் குறளில் உள்ள கடினமான சொற்களும் அவற்றின் பொருளும்:

இலன் => இல்லாதவன் / ஏழை

என்னும் => என்கிற

எவ்வம் => துன்பம்

உரையாமை => சொல்லாமல் இருத்தல்

ஈதல் => உதவி செய்தல்

குலன் உடையான்கண்ணே => நல்ல குலத்தில் பிறந்தவர்களிடம்மட்டும்

உள => உண்டு

எளிய உரை:

ஒருவர் வாயைத் திறந்து தன்னுடைய துன்பத்தைச் சொல்வதற்கு முன்னாலேயே அவருக்கு உதவி செய்துவிடவேண்டும். அதுதான் நல்ல குடும்பத்தில் பிறந்தவர்களுடைய இயல்பு.

குறள் எண்: 224

குறள்:

இன்னாது இரக்கப்படுதல், இரந்தவர்
இன் முகம் காணும் அளவு

இந்தக் குறளை எப்படி மாற்றிப் படிக்கவேண்டும்:

இரந்தவர் இன் முகம் காணும் அளவு இரக்கப்படுதல் இன்னாது

இந்தக் குறளில் உள்ள கடினமான சொற்களும் அவற்றின் பொருளும்:

இன்னாது	=>	தீயது
இரக்கப்படுதல்	=>	இன்னொருவர் நம்மிடம் உதவி கேட்பது
இரந்தவர்	=>	உதவி கேட்டவர்
இன் முகம்	=>	இனிய முகம்
காணும் அளவு	=>	காணும்வரை

எளிய உரை:

ஒருவர் நம்மிடம் வந்து உதவி கேட்கிறார். அவருடைய நிலைமையை எண்ணி நாம் வருந்துகிறோம். மறுகணம், நாம் அவருக்கு உதவி செய்கிறோம். அவருடைய முகம் மலர்கிறது. அதைப் பார்த்து நாமும் மகிழ்கிறோம்.

குறள் எண்: 225

குறள்:

ஆற்றுவார் ஆற்றல் பசி ஆற்றல், அப்பசியை
மாற்றுவார் ஆற்றலின் பின்

இந்தக் குறளை எப்படி மாற்றிப் படிக்கவேண்டும்:

ஆற்றுவார் ஆற்றல் பசி ஆற்றல். (பசி ஆற்றல்) அப்பசியை மாற்றுவார் ஆற்றலின் பின்

இந்தக் குறளில் உள்ள கடினமான சொற்களும் அவற்றின் பொருளும்:

ஆற்றுவார் => தவம் செய்வோர்

ஆற்றல் => வலிமை

பசி ஆற்றல் => பசியைப் பொறுத்துக்கொள்ளுதல்

அப்பசியை => அந்தப் பசியை

மாற்றுவார் => மாற்றுகிறவர்

எளிய உரை:

துறவிகள் எதையும் சாப்பிடாமல், பசியை மறந்து தவம் செய்கிறார்கள். அது பெரிய ஆற்றல்தான்!

ஆனால், பசியோடு உள்ளவர்களுக்கு உணவு கொடுத்து அவர்களுடைய பசியைத் தீர்க்கிறவர்களுடைய ஆற்றல் அதைவிடப் பெரியது.

குறள் எண்: 226

குறள்:

அற்றார் அழி பசி தீர்த்தல். அஃது, ஒருவன்
பெற்றான் பொருள் வைப்புழி

இந்தக் குறளை எப்படி மாற்றிப் படிக்கவேண்டும்:

அற்றார் அழி பசி தீர்த்தல். அஃது, பொருள் பெற்றான் ஒருவன் (பொருள்) வைப்புழி

இந்தக் குறளில் உள்ள கடினமான சொற்களும் அவற்றின் பொருளும்:

அற்றார் => ஏதுமில்லாத ஏழைகள்

அழி பசி => மிகுந்த பசி

தீர்த்தல் => தீர்த்துவையுங்கள்

அஃது => அது

பெற்றான் => பெற்றவன்

வைப்புழி => வைக்கும் இடம்

எளிய உரை:

ஏழைகளுக்கு உணவு அளித்து அவர்களுடைய மிகுந்த பசியைத் தீருங்கள். அப்படிச் செய்வதால் உங்கள் செல்வம் குறையாது, செழித்து வளரும்.

குறள் எண்: 227

குறள்:

பாத்து ஊண் மரீஇயவனைப் பசி என்னும்
தீப்பிணி தீண்டல் அரிது

இந்தக் குறளை எப்படி மாற்றிப் படிக்கவேண்டும்:

பாத்து ஊண் மரீஇயவனைப் பசி என்னும் தீப்பிணி தீண்டல் அரிது

இந்தக் குறளில் உள்ள கடினமான சொற்களும் அவற்றின் பொருளும்:

பாத்து	=>	பகுந்து கொடுத்து
ஊண்	=>	உண்ணுதல்
மரீஇயவனை	=>	பழகியவனை
தீப்பிணி	=>	கொடிய நோய்
தீண்டல்	=>	தீண்டுவது
அரிது	=>	அரிதானது

எளிய உரை:

தன்னிடம் உள்ள உணவைப் பிறருக்குப் பகிர்ந்து கொடுத்துச் சாப்பிடுகிறவனுக்குப் பசி என்னும் கொடிய நோய் வரவே வராது. (பிறருக்குக் கொடுத்து உதவினால் நம் செல்வம் பெருகும்.)

குறள் எண்: 228

குறள்:

ஈத்து உவக்கும் இன்பம் அறியார்கொல், தாம் உடைமை
வைத்து இழக்கும் வன்கணவர்

இந்தக் குறளை எப்படி மாற்றிப் படிக்கவேண்டும்:

தாம் உடைமை வைத்து இழக்கும் வன்கணவர் ஈத்து உவக்கும் இன்பம் அறியார்கொல்

இந்தக் குறளில் உள்ள கடினமான சொற்களும் அவற்றின் பொருளும்:

ஈத்து => பிறருக்குக் கொடுத்து

உவக்கும் => மகிழ்கிற

அறியார்கொல் => அறியமாட்டார்களோ

தாம் உடைமை => தங்களுடைய உடைமைகளை

வன்கணவர் => கொடியவர்கள்

எளிய உரை:

சிலர் நிறையப் பொருள் சேர்க்கிறார்கள், அதையெல்லாம் தங்களுக்குமட்டுமே சொந்தம் என்று பாதுகாத்து வைக்கிறார்கள், பிறகு, ஏதாவது ஒரு வகையில் அந்தப் பொருளை இழந்து தவிக்கிறார்கள். ஏன் இந்தக் கொடுமை! பிறருக்குக் கொடுத்து உதவுவதில் இருக்கும் இன்பம் இவர்களுக்குத் தெரியாதா?

குறள் எண்: 229

குறள்:

இரத்தலின் இன்னாது மன்ற, நிரப்பிய
தாமே தமியர் உணல்

இந்தக் குறளை எப்படி மாற்றிப் படிக்கவேண்டும்:

நிரப்பிய தாமே தமியர் உணல் மன்ற இரத்தலின் இன்னாது

இந்தக் குறளில் உள்ள கடினமான சொற்களும் அவற்றின் பொருளும்:

இரத்தலின் => பிறரிடம் உதவி கேட்பதைவிட

இன்னாது => கொடுமையானது

மன்ற => உறுதியாக

நிரப்பிய => நிறையச் சேர்த்துவைத்த பொருள்

தாமே => தாங்களே

தமியர் => தனி ஆள்

உணல் => உண்ணுதல்

எளிய உரை:

பிறரிடம் சென்று உதவி கேட்பது இழிவுதான். ஆனால், தட்டு நிறைய உணவை வைத்துக்கொண்டு, அதை யாருக்கும் கொடுக்காமல் நாம்மட்டும் உண்பது அதைவிடப் பெரிய இழிவு.

குறள் எண்: 230

குறள்:

சாதலின் இன்னாதது இல்லை. இனிது அதூஉம்
ஈதல் இயையாக்கடை

இந்தக் குறளை எப்படி மாற்றிப் படிக்கவேண்டும்:

சாதலின் இன்னாதது இல்லை. ஈதல் இயையாக்கடை அதூஉம் இனிது

இந்தக் குறளில் உள்ள கடினமான சொற்களும் அவற்றின் பொருளும்:

சாதலின்	=> இறப்பதைவிட
இன்னாதது	=> கொடுமையானது
அதூஉம்	=> அதுவும்
ஈதல்	=> பிறருக்கு உதவுவது
இயையாக்கடை	=> இயலாதபோது

எளிய உரை:

எல்லாரும் இறப்பை நினைத்து அஞ்சுவார்கள். ஆனால், பிறருக்கு உதவ இயலாத சூழ்நிலையில் இருக்கிற ஒருவன் இறப்பதைக்கூட இனிமையாகக் கருதுவான்.

அதிகாரம் 24: புகழ்

குறள் எண்: 231

குறள்:

ஈதல், இசைபட வாழ்தல் அது அல்லது
ஊதியம் இல்லை உயிர்க்கு

இந்தக் குறளை எப்படி மாற்றிப் படிக்கவேண்டும்:

ஈதல், இசைபட வாழ்தல், அது அல்லது உயிர்க்கு ஊதியம் இல்லை

இந்தக் குறளில் உள்ள கடினமான சொற்களும் அவற்றின் பொருளும்:

ஈதல்	=> பிறருக்கு உதவுதல்
இசைபட	=> புகழ் உண்டாகும்படி
அது அல்லது	=> அது இல்லாமல்
ஊதியம்	=> பயனுள்ள செயல்

எளிய உரை:

பிறருக்கு உதவவேண்டும், 'இவர் எல்லாருக்கும் உதவுகிற மனிதர்' என்கிற புகழோடு வாழவேண்டும். அதுதான் வாழ்க்கையின் பயன்.

குறள் எண்: 232

குறள்:

உரைப்பார் உரைப்பவை எல்லாம் இரப்பார்க்கு ஒன்று
ஈவார்மேல் நிற்கும் புகழ்

இந்தக் குறளை எப்படி மாற்றிப் படிக்கவேண்டும்:

உரைப்பார் உரைப்பவை எல்லாம் இரப்பார்க்கு ஒன்று ஈவார்மேல் நிற்கும் புகழ்

இந்தக் குறளில் உள்ள கடினமான சொற்களும் அவற்றின் பொருளும்:

உரைப்பார்	=>	புகழ்ந்து பேசுகிறவர்கள்
உரைப்பவை	=>	புகழ்ந்து சொல்கிற சொற்கள்
இரப்பார்க்கு	=>	உதவி கேட்டு வருகிறவர்களுக்கு
ஈவார்	=>	உதவுகிறவர்கள்
நிற்கும்	=>	நிலைத்திருக்கும்

எளிய உரை:

ஒருவன் தன்னிடம் உதவி கேட்டு வருகிறவர்களுக்கெல்லாம் தன்னால் இயன்ற உதவிகளைச் செய்கிறான் என்றால், இந்த உலகில் சொல்லப்படுகிற புகழ்ச் சொற்கள் அனைத்தும் அவனுக்குத்தான் சொந்தம்.

குறள் எண்: 233

குறள்:

ஒன்றா உலகத்து உயர்ந்த புகழ் அல்லால்
பொன்றாது நிற்பது ஒன்று இல்

இந்தக் குறளை எப்படி மாற்றிப் படிக்கவேண்டும்:

ஒன்றா உயர்ந்த புகழ் அல்லால் உலகத்துப் பொன்றாது நிற்பது ஒன்று இல்

இந்தக் குறளில் உள்ள கடினமான சொற்களும் அவற்றின் பொருளும்:

ஒன்றா	=>	ஒப்பில்லாத
உலகத்து	=>	உலகத்தில்
புகழ் அல்லால்	=>	புகழ் நீங்கலாக / புகழ் இல்லாமல்
பொன்றாது	=>	அழியாது
நிற்பது	=>	நிலைத்திருப்பது
ஒன்று இல்	=>	ஏதுமில்லை

எளிய உரை:

இந்த உலகத்தில் அழியாமல் நிலைத்திருப்பது, புகழ்மட்டும்தான். அதனால், புகழ் இணையற்றது, மிகவும் உயர்ந்தது.

குறள் எண்: 234

குறள்:

நில வரை நீள் புகழ் ஆற்றின், புலவரைப்
போற்றாது புத்தேள் உலகு

இந்தக் குறளை எப்படி மாற்றிப் படிக்கவேண்டும்:

நில வரை நீள் புகழ் ஆற்றின், புத்தேள் உலகு புலவரைப் போற்றாது

இந்தக் குறளில் உள்ள கடினமான சொற்களும் அவற்றின் பொருளும்:

நில வரை => நில எல்லைக்குள்

நீள் புகழ் => நிலைத்திருக்கும் புகழ்

ஆற்றின் => செய்தால்

புலவரை => தேவர்களை

போற்றாது => புகழாது

புத்தேள் உலகு => வானுலகம்

எளிய உரை:

இந்த உலகில் நல்ல செயல்களைச் செய்து நிலைத்த புகழைப் பெறுகிறவன் வானுலகத்தில் உள்ள தேவர்களைவிட உயர்வாக மதிக்கப்படுவான்.

குறள் எண்: 235

குறள்:

நத்தம் போல் கேடும், உளது ஆகும் சாக்காடும்
வித்தகர்க்கு அல்லால் அரிது

இந்தக் குறளை எப்படி மாற்றிப் படிக்கவேண்டும்:

நத்தம் போல் கேடும், உளது ஆகும் சாக்காடும் வித்தகர்க்கு அல்லால் அரிது

இந்தக் குறளில் உள்ள கடினமான சொற்களும் அவற்றின் பொருளும்:

நத்தம்	=> வளர்ச்சி / உயர்வு
கேடும்	=> கெடுதலும்
உளது ஆகும்	=> இருக்கிற
சாக்காடும்	=> இறப்பும்
வித்தகர்க்கு	=> சிறந்த சான்றோருக்கு
அல்லால்	=> இல்லாமல்
அரிது	=> கிடைக்காததாகும்

எளிய உரை:

சிறந்த மனிதர்கள் நல்லவற்றைமட்டும்தான் செய்வார்கள், அதனால் தங்களுக்குக் கெடுதல் வந்தாலும் அவர்கள் கவலைப்படமாட்டார்கள். அதனால், அவர்கள் மறைந்தாலும் அவர்களுடைய புகழ் இந்த உலகில் நிலைத்திருக்கும்.

குறள் எண்: 236

குறள்:

தோன்றின் புகழொடு தோன்றுக. அஃது இலார்
தோன்றலின் தோன்றாமை நன்று

இந்தக் குறளை எப்படி மாற்றிப் படிக்கவேண்டும்:

தோன்றின் புகழொடு தோன்றுக. அஃது இலார் தோன்றலின் தோன்றாமை நன்று

இந்தக் குறளில் உள்ள கடினமான சொற்களும் அவற்றின் பொருளும்:

தோன்றின்	=> பிறந்தால் / ஒரு செயலில் ஈடுபட்டால்
புகழொடு	=> புகழுடன்
தோன்றுக	=> பிறங்கள் / ஈடுபடுங்கள்
அஃது இலார்	=> அவ்வாறு இல்லாதவர்கள்
தோன்றலின்	=> பிறப்பதைவிட / அந்தச் செயலில் ஈடுபடுவதைவிட
தோன்றாமை	=> பிறக்காமல் இருத்தல் / ஈடுபடாமல் இருத்தல்
நன்று	=> நல்லது

எளிய உரை:

நீங்கள் எந்த வேலையைச் செய்தாலும் அதை மிக நன்றாகச் செய்து புகழ் பெறுங்கள். அரைகுறையாக ஒரு வேலையைச் செய்வதைவிட, அதைச் செய்யாமல் இருந்துவிடுவதே நல்லது.

குறள் எண்: 237

குறள்:

புகழ்பட வாழாதார் தம் நோவார் தம்மை
இகழ்வாரை நோவது எவன்?

இந்தக் குறளை எப்படி மாற்றிப் படிக்கவேண்டும்:

புகழ்பட வாழாதார் தம் நோவார் தம்மை இகழ்வாரை நோவது எவன்?

இந்தக் குறளில் உள்ள கடினமான சொற்களும் அவற்றின் பொருளும்:

புகழ்பட => புகழ் உண்டாகும்படி

வாழாதார் => வாழாதவர்கள்

தம் நோவார் => தங்களையே நொந்துகொள்ளாமல்

தம்மை => தங்களை

இகழ்வாரை => இகழ்ந்து பேசுகிற மற்றவர்களை

நோவது => நொந்துகொள்வது

எவன் => ஏன்?

எளிய உரை:

நமக்குப் புகழ் வரவில்லை என்றால் அதற்கு நாம்தான் காரணம். அதைப் புரிந்துகொள்ளாமல், 'அவன் என்னை இகழ்கிறான்', 'இவன் என்னை இகழ்கிறான்' என்று ஊராரைக் குற்றம் சொல்லி என்ன பயன்? (நாம் நல்ல செயல்களைச் செய்தால் தானாகப் புகழ் வரும்.)

குறள் எண்: 238

குறள்:

வசை என்ப வையத்தார்க்கு எல்லாம் இசை என்னும்
எச்சம் பெறாஅவிடின்

இந்தக் குறளை எப்படி மாற்றிப் படிக்கவேண்டும்:

வையத்தார் எல்லாம் இசை என்னும் எச்சம் பெறாஅவிடின் (வையத்தார்க்கு) வசை என்ப

இந்தக் குறளில் உள்ள கடினமான சொற்களும் அவற்றின் பொருளும்:

வசை	=>	இகழ்ச்சி
என்ப	=>	என்பார்கள்
வையத்தார்க்கு	=>	உலக மக்களுக்கு
இசை	=>	புகழ்
எச்சம்	=>	எஞ்சியிருக்கும் உயர்ந்த பண்பு
பெறாஅவிடின்	=>	பெறாவிட்டால்

எளிய உரை:

இந்த உலகத்தில் எல்லாரும் நல்லவற்றைச் செய்து புகழ் பெறவேண்டும். அப்படிப் புகழ் பெறாவிட்டால், அதுவே அவர்களுக்கு ஓர் இகழ்ச்சியாகிவிடும்.

குறள் எண்: 239

குறள்:

வசை இலா வண் பயன் குன்றும், இசை இலா
யாக்கை பொறுத்த நிலம்

இந்தக் குறளை எப்படி மாற்றிப் படிக்கவேண்டும்:

இசை இலா யாக்கை பொறுத்த நிலம் வசை இலா வண் பயன் குன்றும்

இந்தக் குறளில் உள்ள கடினமான சொற்களும் அவற்றின் பொருளும்:

வசை இலா => *இகழ்ச்சி இல்லாத*

வண் => *வளமை*

குன்றும் => *குறையும்*

இசை இலா => *புகழ்ச்சி இல்லாத*

யாக்கை => *உடல்*

பொறுத்த => *தாங்கிய*

எளிய உரை:

நல்ல செயல்களைச் செய்து புகழ் பெறாத மனிதர்கள் வாழுகின்ற நிலத்தில் எதுவும் செழித்து வளராது.

குறள் எண்: 240

குறள்:

வசை ஒழிய வாழ்வாரே வாழ்வார். இசை ஒழிய
வாழ்வாரே வாழாதவர்

இந்தக் குறளை எப்படி மாற்றிப் படிக்கவேண்டும்:

வசை ஒழிய வாழ்வாரே வாழ்வார். இசை ஒழிய வாழ்வாரே வாழாதவர்

இந்தக் குறளில் உள்ள கடினமான சொற்களும் அவற்றின் பொருளும்:

வசை => *இகழ்ச்சி*

ஒழிய => *நீங்க*

வாழ்வார் => *வாழ்கிறவர்*

இசை => *புகழ்*

எளிய உரை:

யாரும் நம்மை இகழ்ந்து பேசாதபடி புகழுடன் வாழ்வதுதான் வாழ்க்கை. எல்லாரும் நம்மை இகழ்ந்து பேசும்படி புகழின்றி வாழ்வது வாழ்க்கையே இல்லை.

இயல் -3

துறவற இயல்

அதிகாரம் 25: அருள் உடைமை (இரக்கத்துடன் இருத்தல்)

குறள் எண்: 241

குறள்:

அருள் செல்வம் செல்வத்துள் செல்வம். பொருள் செல்வம்
பூரியார்கண்ணும் உள

இந்தக் குறளை எப்படி மாற்றிப் படிக்கவேண்டும்:

செல்வத்துள் செல்வம் அருள் செல்வம். பூரியார்கண்ணும் பொருள் செல்வம் உள

இந்தக் குறளில் உள்ள கடினமான சொற்களும் அவற்றின் பொருளும்:

அருள்	=>	இரக்கம்
செல்வத்துள்	=>	செல்வங்களுக்குள்
பொருள்	=>	பணம் / சொத்துகள்
பூரியார்கண்ணும்	=>	இழிந்தவர்களிடமும்
உள	=>	உண்டு

எளிய உரை:

செல்வங்களில் மிகச் சிறந்த செல்வம், பிற உயிர்கள்மீது இரக்கம் காட்டுகின்ற அருட்செல்வம்தான்.

ஏனெனில், பொருட்செல்வம் கெட்டவர்களிடமும் இருக்கும். அருட்செல்வம் நல்லவர்களிட ம்மட்டும்தான் இருக்கும்.

குறள் எண்: 242

குறள்:

நல் ஆற்றான் நாடி அருள் ஆள்க. பல் ஆற்றான்
தேரினும் அஃதே துணை

இந்தக் குறளை எப்படி மாற்றிப் படிக்கவேண்டும்:

நல் ஆற்றான் நாடி அருள் ஆள்க. பல் ஆற்றான் தேரினும் அஃதே துணை

இந்தக் குறளில் உள்ள கடினமான சொற்களும் அவற்றின் பொருளும்:

நல் ஆற்றான் => நல்ல வழியால்

நாடி => ஆராய்ந்து

அருள் => இரக்கம்

ஆள்க => பெறுங்கள்

பல் ஆற்றான் => பல வழிகளால்

தேரினும் => ஆராய்ந்து பார்த்தாலும்

அஃதே => அதுதான்

எளிய உரை:

எத்தனை கோணங்களில் சிந்தித்தாலும் சரி, மனிதர்களுக்கு ஏற்ற துணை இரக்கம்தான். அதனால், நல்ல வழியில் நடந்து இரக்கத்துடன் வாழுங்கள்.

குறள் எண்: 243

குறள்:

அருள் சேர்ந்த நெஞ்சினார்க்கு இல்லை இருள் சேர்ந்த
இன்னா உலகம் புகல்

இந்தக் குறளை எப்படி மாற்றிப் படிக்கவேண்டும்:

அருள் சேர்ந்த நெஞ்சினார்க்கு, இருள் சேர்ந்த இன்னா உலகம் புகல் இல்லை

இந்தக் குறளில் உள்ள கடினமான சொற்களும் அவற்றின் பொருளும்:

அருள்	=> இரக்கம்
நெஞ்சினார்க்கு	=> நெஞ்சத்தைக் கொண்டவர்களுக்கு
இன்னா உலகம்	=> தீய உலகம் / துன்பமான உலகம்
புகல்	=> நுழைதல்

எளிய உரை:

நெஞ்சத்தில் இரக்கம் கொண்டவர்களுக்கு இருண்ட, துன்பமான வாழ்க்கை இல்லை.

குறள் எண்: 244

குறள்:

மன் உயிர் ஓம்பி அருள் ஆள்வார்க்கு இல் என்ப
தன் உயிர் அஞ்சும் வினை

இந்தக் குறளை எப்படி மாற்றிப் படிக்கவேண்டும்:

மன் உயிர் ஓம்பி அருள் ஆள்வார்க்குத் தன் உயிர் அஞ்சும் வினை இல் என்ப

இந்தக் குறளில் உள்ள கடினமான சொற்களும் அவற்றின் பொருளும்:

மன் உயிர்	=>	*நிலைத்திருக்கும் உயிர்கள்*
ஓம்பி	=>	*பாதுகாத்து*
அருள்	=>	*இரக்கம்*
ஆள்வார்க்கு	=>	*செலுத்துகிறவர்களுக்கு*
இல்	=>	*இல்லை*
என்ப	=>	*என்பார்கள்*

எளிய உரை:

இந்த உலகத்தில் வாழ்கிற உயிர்களின்மீதெல்லாம் இரக்கம் காட்டி, அன்பு செலுத்திக் காப்பாற்றுகிறவர்கள் எதைக் கண்டும் அஞ்சவேண்டியதில்லை. அவர்களுக்கு எந்தத் துன்பமும் வராது.

குறள் எண்: 245

குறள்:

அல்லல் அருள் ஆள்வார்க்கு இல்லை. வளி வழங்கும்
மல்லல் மா ஞாலம் கரி

இந்தக் குறளை எப்படி மாற்றிப் படிக்கவேண்டும்:

அருள் ஆள்வார்க்கு அல்லல் இல்லை. வளி வழங்கும் மல்லல் மா ஞாலம் கரி

இந்தக் குறளில் உள்ள கடினமான சொற்களும் அவற்றின் பொருளும்:

அல்லல்	=> துன்பம்
அருள்	=> இரக்கம்
ஆள்வார்க்கு	=> செலுத்துகிறவர்களுக்கு
வளி வழங்கும்	=> காற்று பரவியுள்ள
மல்லல்	=> வளம்
மா	=> பெரிய
ஞாலம்	=> உலகம் / உலகத்தில் வாழ்பவர்கள்
கரி	=> சான்று

எளிய உரை:

எல்லார்மீதும் இரக்கத்துடன் வாழ்கிறவர்களுக்கு எந்தத் துன்பமும் வராது. இதற்குச் சான்று, காற்று பரவியுள்ள, வளம் நிறைந்த இந்தப் பெரிய உலகம்தான். (இந்த உலகம் செழிப்போடு இருப்பது இரக்கம் நிறைந்த மனிதர்களால்தான்.)

குறள் எண்: 246

குறள்:

பொருள் நீங்கிப் பொச்சாந்தார் என்ப, அருள் நீங்கி
அல்லவை செய்து ஒழுகுவார்

இந்தக் குறளை எப்படி மாற்றிப் படிக்கவேண்டும்:

அருள் நீங்கி அல்லவை செய்து ஒழுகுவார் பொருள் நீங்கிப் பொச்சாந்தார் என்ப

இந்தக் குறளில் உள்ள கடினமான சொற்களும் அவற்றின் பொருளும்:

பொருள்	=> உறுதிப் பொருளான அறம்
பொச்சாந்தார்	=> மறந்தவர்
என்ப	=> என்பார்கள்
அருள்	=> இரக்கம்
அல்லவை	=> தீய செயல்கள்
செய்து ஒழுகுவார்	=> செய்கிறவர்கள்

எளிய உரை:

பிறர்மீது இரக்கம் காட்டாமல் தீய செயல்களைச் செய்கிறவர்கள் அறத்தை மறந்தவர்கள் என்று பெரியோர்கள் சொல்வார்கள். (அறத்தை அறிந்தவர்கள் எல்லார்மீதும் இரக்கம் காட்டுவார்கள்.)

குறள் எண்: 247

குறள்:

அருள் இல்லார்க்கு அவ்வுலகம் இல்லை, பொருள் இல்லார்க்கு இவ்வுலகம் இல் ஆகியாங்கு

இந்தக் குறளை எப்படி மாற்றிப் படிக்கவேண்டும்:

பொருள் இல்லார்க்கு இவ்வுலகம் இல் ஆகியாங்கு அருள் இல்லார்க்கு அவ்வுலகம் இல்லை

இந்தக் குறளில் உள்ள கடினமான சொற்களும் அவற்றின் பொருளும்:

அருள் => இரக்கம்

இல்லார்க்கு => இல்லாதவர்களுக்கு

அவ்வுலகம் => அந்த உலகம் / மறு உலகம் / வானவர் உலகம்

இவ்வு லகம் => இந்த உலகம் / பூமி

இல் => இல்லை

ஆகியாங்கு => ஆனதுபோல

எளிய உரை:

இந்த உலகத்தில் காசு இல்லாதவனை யாரும் மதிப்பதில்லை.

அதுபோல, வானுலகத்தில் இரக்கம் இல்லாதவனை யாரும் மதிக்கமாட்டார்கள். (அதனால், இங்கு வாழும்போதே இரக்கத்துடன் வாழுங்கள்.)

குறள் எண்: 248

குறள்:

பொருள் அற்றார் பூப்பர் ஒருகால். அருள் அற்றார்
அற்றார், மற்று ஆதல் அரிது

இந்தக் குறளை எப்படி மாற்றிப் படிக்கவேண்டும்:

பொருள் அற்றார் ஒருகால் பூப்பர். அருள் அற்றார் அற்றார், மற்று ஆதல் அரிது

இந்தக் குறளில் உள்ள கடினமான சொற்களும் அவற்றின் பொருளும்:

அற்றார் => இழந்தவர்கள்

பூப்பர் => பொலிவைப் பெறுவார்கள்

ஒருகால் => ஒரு காலத்தில்

அருள் => இரக்கம்

மற்று => பின்னர்

ஆதல் => (இரக்கம் உள்ளவர்களாக) ஆவது

அரிது => அரிதானது / கடினமானது

எளிய உரை:

ஒருவன் தன்னிடமுள்ள செல்வத்தை இழந்தால் மீண்டும் சம்பாதித்துக்கொள்ளலாம். ஆனால், இரக்கத்தை இழந்தால் அவ்வளவுதான். அதை மீண்டும் பெறமுடியாது.

குறள் எண்: 249

குறள்:

தெருளாதான் மெய்ப்பொருள் கண்டற்றால் தேரின்
அருளாதான் செய்யும் அறம்

இந்தக் குறளை எப்படி மாற்றிப் படிக்கவேண்டும்:

அருளாதான் செய்யும் அறம் தேரின் தெருளாதான் மெய்ப்பொருள் கண்டற்றால்

இந்தக் குறளில் உள்ள கடினமான சொற்களும் அவற்றின் பொருளும்:

தெருளாதான் => *அறிவுத் தெளிவு இல்லாதவன்*

மெய்ப்பொருள் => *உண்மைப் பொருள்*

கண்டற்றால் => *கண்டதைப்போன்றது*

தேரின் => *ஆராய்ந்து பார்த்தால்*

அருளாதான் => *அருள் / இரக்கம் இல்லாதவன்*

எளிய உரை:

தெளிவான அறிவு இல்லாத ஒருவன் உயர்ந்த உண்மைப் பொருளை அறிந்துவிட்டான் என்று சொன்னால் யார் நம்புவார்கள்?

அதுபோல, பிறர்மீது இரக்கம் இல்லாத ஒருவன் அறச் செயல்களைச் செய்கிறான் என்று சொன்னால் யார் நம்புவார்கள்?

குறள் எண்: 250

குறள்:

வலியார்முன் தன்னை நினைக்க, தான் தன்னின்
மெலியார்மேல் செல்லும் இடத்து

இந்தக் குறளை எப்படி மாற்றிப் படிக்கவேண்டும்:

தான் தன்னின் மெலியார்மேல் செல்லும் இடத்து, வலியார்முன் தன்னை நினைக்க

இந்தக் குறளில் உள்ள கடினமான சொற்களும் அவற்றின் பொருளும்:

வலியார்முன் => தன்னைவிட வலிமையானவர்களுக்குமுன்னால்

நினைக்க => நினைக்கவேண்டும்

தன்னின் => தன்னைவிட

மெலியார் => வலிமை குறைந்தவர்கள்

மேல் => இடத்தில்

செல்லும் இடத்து => செல்லும்போது

எளிய உரை:

உங்களுக்குக் கீழே இருக்கிறவர்களைத் துன்புறுத்த நினைக்கிறீர்களா?

கொஞ்சம் பொறுங்கள். உங்களுக்கு மேலே இருக்கிறவர்களுக்கு முன்னால் நீங்கள் எப்படிக் கை கட்டி, வாய் பொத்தி நிற்கிறீர்கள் என்பதைச் சற்று நினைத்துப்பாருங்கள்.

அதிகாரம் 26: புலால் மறுத்தல் (இறைச்சி உணவை மறுத்தல்)

குறள் எண்: 251

குறள்:

தன் ஊன் பெருக்கற்குத் தான் பிறிது ஊன் உண்பான்
எங்ஙனம் ஆளும் அருள்

இந்தக் குறளை எப்படி மாற்றிப் படிக்கவேண்டும்:

தன் ஊன் பெருக்கற்குத் தான் பிறிது ஊன் உண்பான் எங்ஙனம் அருள் ஆளும்

இந்தக் குறளில் உள்ள கடினமான சொற்களும் அவற்றின் பொருளும்:

ஊன்	=> உடல்
பெருக்கற்கு	=> வளர்ப்பதற்கு
பிறிது	=> மற்ற உயிர்கள்
உண்பான்	=> உண்பவன்
எங்ஙனம்	=> எப்படி
ஆளும்	=> செலுத்துவான்
அருள்	=> இரக்கம்

எளிய உரை:

ஒருவன் தன் உடலை வளர்ப்பதற்காக இன்னோர் உயிரின் உடலைத் தின்கிறான் என்றால், அவனிடம் இரக்கம் என்கிற நற்பண்பு இருக்குமா? (இருக்காது.)

குறள் எண்: 252

குறள்:

பொருள் ஆட்சி போற்றாதார்க்கு இல்லை, அருள் ஆட்சி
ஆங்கு இல்லை ஊன் தின்பவர்க்கு

இந்தக் குறளை எப்படி மாற்றிப் படிக்கவேண்டும்:

பொருள் ஆட்சி (பொருள்) போற்றாதார்க்கு இல்லை. ஆங்கு, ஊன் தின்பவர்க்கு அருள் ஆட்சி இல்லை

இந்தக் குறளில் உள்ள கடினமான சொற்களும் அவற்றின் பொருளும்:

பொருள் ஆட்சி	=>	செல்வத்தால் பயன் பெறுதல்
போற்றாதார்க்கு	=>	காப்பாற்றாதவர்களுக்கு
அருள் ஆட்சி	=>	இரக்கத்தால் பயன் பெறுதல்
ஆங்கு	=>	அதுபோல
ஊன்	=>	இறைச்சி உணவு

எளிய உரை:

ஒருவன் தன்னிடம் உள்ள செல்வத்தைப் பாதுகாக்காவிட்டால், அந்தச் செல்வத்தால் அவனுக்கு எந்தப் பயனும் கிடைக்காது.

அதுபோல, ஒருவன் இறைச்சி உண்கிறான் என்றால், அவன் மனத்தில் இரக்கம் இருக்காது.

குறள் எண்: 253

குறள்:

படை கொண்டார் நெஞ்சம் போல் நன்று ஊக்காது, ஒன்றன்
உடல் சுவை உண்டார் மனம்

இந்தக் குறளை எப்படி மாற்றிப் படிக்கவேண்டும்:

ஒன்றன் உடல் சுவை உண்டார் மனம் படை கொண்டார் நெஞ்சம் போல் நன்று ஊக்காது

இந்தக் குறளில் உள்ள கடினமான சொற்களும் அவற்றின் பொருளும்:

படை => ஆயுதம்

கொண்டார் => கொண்டவர் / வைத்துள்ளவர்

நன்று => நல்லவை

ஊக்காது => ஊக்கம் கொள்ளாது / செய்ய நினைக்காது

ஒன்றன் => ஒன்றின் / ஓர் உயிரின்

சுவை உண்டார் => சுவைத்து உண்டவர்

எளிய உரை:

கையில் ஆயுதம் வைத்திருப்பவன் நல்லதை நினைக்கமாட்டான், எப்போதும் யாரையாவது குத்தலாம், வெட்டலாம் என்றுதான் நினைப்பான். அதுபோல, ஓர் உயிரின் உடலைச் சுவைத்து உண்கிறவன் மனத்தில் எந்த நல்ல சிந்தனையும் பிறக்காது.

குறள் எண்: 254

குறள்:

அருள், அல்லது யாது எனின் கொல்லாமை, கோறல்.
பொருள் அல்லது அவ்வூன் தினல்

இந்தக் குறளை எப்படி மாற்றிப் படிக்கவேண்டும்:

அருள் யாது எனின், கொல்லாமை. (அருள்) அல்லது (யாது எனின்,) கோறல். பொருள் அல்லது (யாது எனின்,) அவ்வூன் தினல்

இந்தக் குறளில் உள்ள கடினமான சொற்களும் அவற்றின் பொருளும்:

அருள் => *இரக்கம்*

அல்லது => *அருள் இல்லாதது / இரக்கமின்மை*

யாது => *எது*

எனின் => *என்றால்*

கொல்லாமை => *பிற உயிர்களைக் கொல்லாமல் இருத்தல்*

கோறல் => *கொல்லுதல்*

பொருள் அல்லது => *அறம் இல்லாதது*

அவ்வூன் => *அந்த இறைச்சி*

தினல் => *தின்னுதல்*

எளிய உரை:

இரக்கம் என்றால், பிற உயிர்களைக் கொல்லாமல் அவற்றின்மீது அன்பு செலுத்துதல்.

இரக்கமின்மை என்றால், பிற உயிர்களைக் கொல்லுதல்.

அறமின்மை என்றால், பிற உயிர்களைக் கொன்று தின்னுதல்.

குறள் எண்: 255

குறள்:

உண்ணாமை உள்ளது உயிர் நிலை ஊன் உண்ண
அண்ணாத்தல் செய்யாது அளறு

இந்தக் குறளை எப்படி மாற்றிப் படிக்கவேண்டும்:

உயிர் நிலை ஊன் உண்ணாமை உள்ளது. (ஊன்) உண்ண, அளறு அண்ணாத்தல் செய்யாது

இந்தக் குறளில் உள்ள கடினமான சொற்களும் அவற்றின் பொருளும்:

உண்ணாமை => உண்ணாமல் இருத்தல்

உயிர் நிலை => உயிரால் நிலைத்து நிற்பது (உடல்)

ஊன் => இறைச்சி உணவு

அண்ணாத்தல் செய்யாது => வாயைத் திறக்காது

அளறு => துன்ப உலகம் / நரகம்

எளிய உரை:

இறைச்சியை உண்ணாவிட்டால், நம் உயிர் உறுதியாக நிலைத்திருக்கும்.

இறைச்சியை உண்டால், நரகம்கூட நம்மைச் சேர்த்துக்கொள்ளாமல் ஒதுக்கிவிடும்.

குறள் எண்: 256

குறள்:

தினற்பொருட்டால் கொல்லாது உலகு எனின் யாரும்
விலைப்பொருட்டால் ஊன் தருவார் இல்

இந்தக் குறளை எப்படி மாற்றிப் படிக்கவேண்டும்:

உலகு தினற்பொருட்டால் கொல்லாது எனின் விலைப்பொருட்டால் ஊன் தருவார் யாரும் இல்

இந்தக் குறளில் உள்ள கடினமான சொற்களும் அவற்றின் பொருளும்:

தினற்பொருட்டால்	=>	தின்பதற்கு
கொல்லாது	=>	பிற உயிர்களைக் கொல்லாது
உலகு	=>	உலகம்
எனின்	=>	என்றால்
விலைப்பொருட்டால்	=>	விலைக்கு
ஊன்	=>	இறைச்சி உணவு
தருவார்	=>	கொடுக்கிறவர்
இல்	=>	இல்லை

எளிய உரை:

மக்கள் இறைச்சி உண்பதை நிறுத்தினால், யாரும் இறைச்சியை விற்கமாட்டார்கள். (இறைச்சி உண்கிற பழக்கம் நின்றால்தான் இறைச்சிக்கென விலங்குகள் கொல்லப்படுவது நிற்கும்.)

குறள் எண்: 257

குறள்:

உண்ணாமை வேண்டும், புலாஅல் பிறிது ஒன்றன்
புண், அது உணர்வார்ப் பெறின்

இந்தக் குறளை எப்படி மாற்றிப் படிக்கவேண்டும்:

புலாஅல் பிறிது ஒன்றன் புண். அது உணர்வார்ப் பெறின், (புலாஅல்) உண்ணாமை வேண்டும்

இந்தக் குறளில் உள்ள கடினமான சொற்களும் அவற்றின் பொருளும்:

புலாஅல் => புலால் / இறைச்சி உணவு

பிறிது => மற்ற

ஒன்றன் => ஓர் உயிரின்

உணர்வார்ப் பெறின் => உணர்பவர்கள் இந்த உலகத்தில் இருந்தால்

எளிய உரை:

இறைச்சி என்பது, இன்னோர் உயிரை வெட்டி உண்டாக்கிய புண்தான். இதை உணர்ந்தவர்கள் இறைச்சி உண்ணமாட்டார்கள்.

குறள் எண்: 258

குறள்:

செயிரின் தலைப்பிரிந்த காட்சியார் உண்ணார்
உயிரின் தலைப்பிரிந்த ஊன்

இந்தக் குறளை எப்படி மாற்றிப் படிக்கவேண்டும்:

செயிரின் தலைப்பிரிந்த காட்சியார் உயிரின் தலைப்பிரிந்த ஊன் உண்ணார்

இந்தக் குறளில் உள்ள கடினமான சொற்களும் அவற்றின் பொருளும்:

செயிரின் => குற்றத்திலிருந்து

தலைப்பிரிந்த => நீங்கிய

காட்சியார் => மெய்யறிவு கொண்டவர்கள்

உண்ணார் => உண்ணமாட்டார்கள்

உயிரின் => உயிரிலிருந்து

ஊன் => இறைச்சி உணவு

எளிய உரை:

குற்றமற்றவர்கள், அறிவாளிகள் இன்னோர் உயிரைக் கொல்வதால் கிடைத்த இறைச்சி உணவை உண்ணமாட்டார்கள்.

குறள் எண்: 259

குறள்:

அவி சொரிந்து ஆயிரம் வேட்டலின் ஒன்றன்
உயிர் செகுத்து உண்ணாமை நன்று

இந்தக் குறளை எப்படி மாற்றிப் படிக்கவேண்டும்:

அவி சொரிந்து ஆயிரம் வேட்டலின் ஒன்றன் உயிர் செகுத்து உண்ணாமை நன்று

இந்தக் குறளில் உள்ள கடினமான சொற்களும் அவற்றின் பொருளும்:

அவி => நெய் முதலான வேள்விப் பொருட்கள்

சொரிந்து => தீயில் இட்டு

வேட்டலின் => வேள்வி நடத்துவதைவிட

ஒன்றன் => ஓர் உயிரின்

செகுத்து => போக்கி

உண்ணாமை => உண்ணாமல் இருத்தல்

நன்று => நல்லது

எளிய உரை:

ஆயிரம் வேள்விகளைச் செய்வதைவிட, மற்ற உயிர்களைக் கொன்று தின்னாமல் இருப்பது நல்லது.

குறள் எண்: 260

குறள்:

கொல்லான், புலாலை மறுத்தானைக் கை கூப்பி
எல்லா உயிரும் தொழும்

இந்தக் குறளை எப்படி மாற்றிப் படிக்கவேண்டும்:

கொல்லான், புலாலை மறுத்தானை எல்லா உயிரும் கை கூப்பித் தொழும்

இந்தக் குறளில் உள்ள கடினமான சொற்களும் அவற்றின் பொருளும்:

கொல்லான் => பிற உயிர்களைக் கொல்லாதவன்

புலாலை => இறைச்சி உணவை

மறுத்தான் => மறுத்தவன்

தொழும் => வணங்கும்

எளிய உரை:

பிற உயிர்களைக் கொல்லாதவன், அவற்றின் இறைச்சியை உண்ணாமல் வாழ்கிறவனை எல்லா உயிர்களும் கை கூப்பி வணங்கும்.

அதிகாரம் 27: தவம்

குறள் எண்: 261

குறள்:

உற்ற நோய் நோன்றல், உயிர்க்கு உறுகண் செய்யாமை
அற்றே தவத்திற்கு உரு

இந்தக் குறளை எப்படி மாற்றிப் படிக்கவேண்டும்:

தவத்திற்கு உரு, உற்ற நோய் நோன்றல், உயிர்க்கு உறுகண் செய்யாமை, அற்றே

இந்தக் குறளில் உள்ள கடினமான சொற்களும் அவற்றின் பொருளும்:

உற்ற => தனக்கு வந்த

நோன்றல் => பொறுத்துக்கொள்ளுதல்

உறுகண் => துன்பம்

செய்யாமை => செய்யாமலிருத்தல்

அற்றே => அவ்வளவுதான்

உரு => உருவம்

எளிய உரை:

தவம் என்பது என்ன?

நமக்கு வரும் துன்பங்களைப் பொறுத்துக்கொள்ளவேண்டும், பிற உயிர்களுக்கு எந்தத் துன்பமும் செய்யக்கூடாது. அவ்வளவுதான்.

குறள் எண்: 262

குறள்:

தவமும் தவம் உடையார்க்கு ஆகும். அவம் அதனை
அஃது இலார் மேற்கொள்வது

இந்தக் குறளை எப்படி மாற்றிப் படிக்கவேண்டும்:

தவமும் தவம் உடையார்க்கு ஆகும். அஃது இலார் அதனை மேற்கொள்வது அவம்

இந்தக் குறளில் உள்ள கடினமான சொற்களும் அவற்றின் பொருளும்:

தவம் உடையார்க்கு => தவம் செய்யும் தகுதி பெற்றவர்களுக்கு

அவம் => வீணான செயல்

அஃது => அது

இலார் => இல்லாதவர்

மேற்கொள்வது => அதை ஏற்று நடத்துவது

எளிய உரை:

தகுதி உள்ளவர்கள்தான் தவம் செய்யமுடியும். தகுதியற்றவர்கள் தவம் செய்ய முயல்வது வீண் வேலை.

குறள் எண்: 263

குறள்:

துறந்தார்க்குத் துப்புரவு வேண்டி மறந்தார்கொல்
மற்றையவர்கள் தவம்

இந்தக் குறளை எப்படி மாற்றிப் படிக்கவேண்டும்:

துறந்தார்க்குத் துப்புரவு வேண்டி மற்றையவர்கள் தவம் மறந்தார்கொல்

இந்தக் குறளில் உள்ள கடினமான சொற்களும் அவற்றின் பொருளும்:

துறந்தார்க்கு => துறவிகளுக்கு

துப்புரவு => பயன்படுத்தப்படும் பொருட்கள் (உணவு போன்றவை)

வேண்டி => விரும்பி

மறந்தார்கொல் => மறந்தார்களோ

மற்றையவர்கள் => மற்றவர்கள்

எளிய உரை:

இவ்வுலகில் தவம் செய்யாத சிலரும் இருக்கிறார்கள். அது ஏன்?

எல்லாரும் தவம் செய்தால் எப்படி? தவம் செய்யும் துறவிகளுக்கு உணவு போன்றவற்றை வழங்கிப் பணிவிடை செய்யவும் சிலர் வேண்டுமில்லையா? அதனால்தான் சிலர் தவம் செய்வதில்லையோ! (தவம் செய்வோர்க்குத் தொண்டு செய்வதும் சிறந்த பணிதான்.)

குறள் எண்: 264

குறள்:

ஒன்னார்த் தெறலும் உவந்தாரை ஆக்கலும்
எண்ணின் தவத்தான் வரும்

இந்தக் குறளை எப்படி மாற்றிப் படிக்கவேண்டும்:

எண்ணின், தவத்தான் ஒன்னார்த் தெறலும் உவந்தாரை ஆக்கலும் வரும்

இந்தக் குறளில் உள்ள கடினமான சொற்களும் அவற்றின் பொருளும்:

ஒன்னார் => பகைவர்கள்

தெறல் => அழித்தல்

உவந்தாரை => தனக்குப் பிடித்தவர்களை

ஆக்கல் => ஆக்குதல்

எண்ணின் => எண்ணிப் பார்த்தால்

தவத்தான் => தவத்தால்

எளிய உரை:

தவத்தின்மூலம் பகைவர்களை அழிக்கலாம், நண்பர்களை முன்னேற்றலாம்.

குறள் எண்: 265

குறள்:

வேண்டிய வேண்டியாங்கு எய்தலால் செய் தவம்
ஈண்டு முயலப்படும்

இந்தக் குறளை எப்படி மாற்றிப் படிக்கவேண்டும்:

வேண்டிய வேண்டியாங்கு எய்தலால் செய் தவம் ஈண்டு முயலப்படும்

இந்தக் குறளில் உள்ள கடினமான சொற்களும் அவற்றின் பொருளும்:

வேண்டிய	=> விரும்புபவை
வேண்டியாங்கு	=> விரும்பியபடி
எய்தலால்	=> பெற இயலும் என்பதால்
செய் தவம்	=> செய்யப்படும் தவம்
ஈண்டு	=> இங்கு / இந்த உலகத்தில்
முயலப்படும்	=> முயன்று செய்யப்படும்

எளிய உரை:

தவம் செய்தால் நாம் விரும்புகின்ற அனைத்தும் விரும்பியபடி கிடைக்கும். அதனால், தவத்தை முயன்று செய்யவேண்டும்.

குறள் எண்: 266

குறள்:

தவம் செய்வார் தம் கருமம் செய்வார். மற்று அல்லார்
அவம் செய்வார் ஆசையுள் பட்டு

இந்தக் குறளை எப்படி மாற்றிப் படிக்கவேண்டும்:

தம் கருமம் செய்வார் தவம் செய்வார். மற்று அல்லார் ஆசையுள் பட்டு அவம் செய்வார்

இந்தக் குறளில் உள்ள கடினமான சொற்களும் அவற்றின் பொருளும்:

செய்வார் => செய்கிறவர்கள்

தம் => தங்களுடைய

கருமம் => செயல் / கடமை

மற்று => அவ்வாறன்றி

அல்லார் => அவ்வாறு இல்லாதவர்

அவம் => வீண் செயல்

ஆசையுள் பட்டு => ஆசைகளில் சிக்கிக்கொண்டு

எளிய உரை:

ஒருவன் தன் கடமையை முறையாகச் செய்கிறான் என்றால், அவன் தவம் செய்கிறான் என்று பொருள்.

இதை உணராத மற்றவர்கள் ஆசையில் சிக்கிக்கொண்டு ஏதேதோ செய்து நேரத்தை வீணடிக்கிறார்கள்.

குறள் எண்: 267

குறள்:

சுடச் சுடரும் பொன் போல், ஒளி விடும் துன்பம்
சுடச்சுட நோற்கிற்பவர்க்கு

இந்தக் குறளை எப்படி மாற்றிப் படிக்கவேண்டும்:

சுடச் சுடரும் பொன் போல், துன்பம் சுடச்சுட நோற்கிற்பவர்க்கு ஒளி விடும்

இந்தக் குறளில் உள்ள கடினமான சொற்களும் அவற்றின் பொருளும்:

சுட => *சுடுவதால்*

சுடரும் => *சுடர் விட்டு ஒளிரும்*

பொன் போல் => தங்கத்தைப்போல்

ஒளி விடும் => ஒளி பெருகும்

சுடச்சுட => மிகவும் துன்புறுத்த

நோற்கிற்பவர்க்கு => தவம் செய்கிறவர்களுக்கு

எளிய உரை:

தங்கத்தை நெருப்பில் வைத்துச் சுட்டால், அது இன்னும் நன்றாக ஒளிரும்.

தவம் செய்கிறவர்களும் அப்படிதான். துன்பங்கள் அவர்களைத் துன்புறுத்தத் துன்புறுத்த, அவர்கள் இன்னும் நன்றாக ஒளி விட்டுத் திகழ்வார்கள்.

குறள் எண்: 268

குறள்:

தன் உயிர், தான் அறப் பெற்றானை ஏனைய
மன் உயிர் எல்லாம் தொழும்

இந்தக் குறளை எப்படி மாற்றிப் படிக்கவேண்டும்:

தன் உயிர், தான் அறப் பெற்றானை ஏனைய மன் உயிர் எல்லாம் தொழும்

இந்தக் குறளில் உள்ள கடினமான சொற்களும் அவற்றின் பொருளும்:

தான்	=>	*தான் என்னும் உணர்வு*
அறப்பெற்றானை	=>	*நீங்கியவரை*
ஏனைய	=>	*மற்ற*
மன் உயிர்	=>	*நிலைத்திருக்கும் உயிர்கள்*
தொழும்	=>	*வணங்கும்*

எளிய உரை:

தவம் செய்கிறவர்கள் அனைத்தையும் துறந்துவிடுவார்கள், இதுதான் நான், இது என்னுடைய உயிர் என்கிற உணர்வுகளையெல்லாம்கூட நீக்கிவிடுவார்கள். அப்படிப்பட்ட உயர்ந்தவர்களை மற்ற உயிர்கள் அனைத்தும் வணங்கும்.

குறள் எண்: 269

குறள்:

கூற்றம் குதித்தலும் கை கூடும், நோற்றலின்
ஆற்றல் தலைப்பட்டவர்க்கு

இந்தக் குறளை எப்படி மாற்றிப் படிக்கவேண்டும்:

நோற்றலின் ஆற்றல் தலைப்பட்டவர்க்குக் கூற்றம் குதித்தலும் கை கூடும்

இந்தக் குறளில் உள்ள கடினமான சொற்களும் அவற்றின் பொருளும்:

கூற்றம்	=> இறப்பின் தெய்வமாகிய எமன்
குதித்தலும்	=> கடந்து செல்லுவதும்
கை கூடும்	=> நடக்கும்
நோற்றலின்	=> தவம் செய்தலின்
ஆற்றல்	=> வலிமை
தலைப்பட்டவர்க்கு	=> கொண்டவர்களுக்கு

எளிய உரை:

தவம் செய்து சிறந்த ஆற்றலைப் பெற்றவர்கள் இறப்பையும் வெல்லக்கூடும்.

குறள் எண்: 270

குறள்:

இலர் பலர் ஆகிய காரணம், நோற்பார்
சிலர், பலர் நோலாதவர்

இந்தக் குறளை எப்படி மாற்றிப் படிக்கவேண்டும்:

இலர் பலர் ஆகிய காரணம், நோற்பார் சிலர், நோலாதவர் பலர்

இந்தக் குறளில் உள்ள கடினமான சொற்களும் அவற்றின் பொருளும்:

இலர் => இல்லாதவர்கள் / ஏழைகள்

நோற்பார் => தவம் செய்பவர்கள்

நோலாதவர் => தவம் செய்யாதவர்கள்

எளிய உரை:

இந்த உலகத்தில் பலரும் வறுமையில் வாடுகிறார்கள். அது ஏன்?

அதற்குக் காரணம், இங்கு சிலர்தான் தவம் செய்கிறார்கள். பலர் தவம் செய்வதில்லை. (ஒரு சமூகத்தில் பெரும்பாலானோர் தவம் செய்தால் அந்தச் சமூகம் வறுமையின்றி முன்னேறும்.)

அதிகாரம் 28: கூடா ஒழுக்கம்
[சேரக்கூடாதவர்களுடன் சேர்வதால் வரும் தீமைகள்]

குறள் எண்: 271

குறள்:

வஞ்ச மனத்தான் படிற்று ஒழுக்கம், பூதங்கள்
ஐந்தும் அகத்தே நகும்

இந்தக் குறளை எப்படி மாற்றிப் படிக்கவேண்டும்:

வஞ்ச மனத்தான் படிற்று ஒழுக்கம், அகத்தே பூதங்கள் ஐந்தும் நகும்

இந்தக் குறளில் உள்ள கடினமான சொற்களும் அவற்றின் பொருளும்:

வஞ்ச மனத்தான் => நெஞ்சுக்குள் வஞ்சனை கொண்டவன்

படிற்று ஒழுக்கம் => மறைவான / இரகசியமான செயல்பாடுகள்

பூதங்கள் ஐந்தும் => நிலம், நீர், நெருப்பு, காற்று, வானம் ஆகிய ஐம்பூதங்கள்

அகத்தே => உள்ளுக்குள்

நகும் => சிரிக்கும்

எளிய உரை:

நெஞ்சில் வஞ்சனை கொண்டவன் யாருக்கும் தெரியாமல் தீய செயல்களில் ஈடுபடுகிறான். அப்போது, அவனுடைய உடலில் இருக்கும் ஐம்பூதங்களும் அவனைக் கண்டு சிரிக்கின்றன.

குறள் எண்: 272

குறள்:

வான் உயர் தோற்றம் எவன் செய்யும், தன் நெஞ்சம்
தான் அறி குற்றம் படின்

இந்தக் குறளை எப்படி மாற்றிப் படிக்கவேண்டும்:

தான் அறி குற்றம் தன் நெஞ்சம் படின் வான் உயர் தோற்றம் எவன் செய்யும்

இந்தக் குறளில் உள்ள கடினமான சொற்களும் அவற்றின் பொருளும்:

வான் => வானம்

உயர் தோற்றம் => உயர்ந்த தோற்றம்

எவன் => என்ன

தான் அறி => தனக்குத் தெரிந்த

படின் => உண்டானால்

எளிய உரை:

ஒருவன் எவ்வளவு பெரிய ஆளாக இருந்தால் என்ன? மனம் அறிந்து குற்றம் செய்கிறான் என்றால், அவன் உண்மையில் சிறியவன்தான்.

குறள் எண்: 273

குறள்:

வலி இல் நிலைமையான் வல் உருவம், பெற்றம்
புலியின் தோல் போர்த்து மேய்ந்தற்று

இந்தக் குறளை எப்படி மாற்றிப் படிக்கவேண்டும்:

வலி இல் நிலைமையான் வல் உருவம், புலியின் தோல் போர்த்துப் பெற்றம் மேய்ந்தற்று

இந்தக் குறளில் உள்ள கடினமான சொற்களும் அவற்றின் பொருளும்:

வலி => *வலிமை*

இல் => *இல்லாத*

நிலைமையான் => *நிலைமையில் உள்ளவன்*

வல் => *வலிமையான*

பெற்றம் => *பசு*

மேய்ந்தற்று => *மேய்ந்ததுபோல*

எளிய உரை:

மாட்டுக்குப் புலித்தோலைப் போர்த்தினாலும் அது புல்லைத்தான் மேயும். அதுபோல, வெளிப்பார்வைக்குப் பெரிய மனிதராகத் தோன்றுகிற சிலர் உள்ளுக்குள் மன வலிமையற்றவர்களாக இருக்கிறார்கள்.

குறள் எண்: 274

குறள்:

தவம் மறைந்து அல்லவை செய்தல் புதல் மறைந்து
வேட்டுவன் புள் சிமிழ்த்தற்று

இந்தக் குறளை எப்படி மாற்றிப் படிக்கவேண்டும்:

தவம் மறைந்து அல்லவை செய்தல் வேட்டுவன் புதல் மறைந்து புள் சிமிழ்த்தற்று

இந்தக் குறளில் உள்ள கடினமான சொற்களும் அவற்றின் பொருளும்:

மறைந்து => *மறைந்துகொண்டு*

அல்லவை => *தீயவை*

புதல் => *புதர்*

வேட்டுவன் => *வேடன்*

புள் => *பறவை*

சிமிழ்த்தற்று => *பிடிப்பதுபோல*

எளிய உரை:

சிலர் தவம் செய்கிறவர்களைப்போல் தோன்றுகிறார்கள், ஆனால், மறைவாகச் சென்று தீய செயல்களில் ஈடுபடுகிறார்கள். இவர்கள் புதரில் ஒளிந்திருந்து பறவைகளை வலை வீசிப் பிடிக்கும் வேடர்களைப் போன்றவர்கள்.

குறள் எண்: 275

குறள்:

பற்று அற்றேம் என்பார் படிற்று ஒழுக்கம் எற்று எற்று என்று
ஏதம் பலவும் தரும்

இந்தக் குறளை எப்படி மாற்றிப் படிக்கவேண்டும்:

பற்று அற்றேம் என்பார் படிற்று ஒழுக்கம் எற்று எற்று என்று ஏதம் பலவும் தரும்

இந்தக் குறளில் உள்ள கடினமான சொற்களும் அவற்றின் பொருளும்:

பற்று அற்றேம் => பற்றுகளை விட்டுவிட்டோம்

என்பார் => என்று சொல்கிறவர்கள்

படிற்று ஒழுக்கம் => மறைவான / இரகசியமான செயல்பாடுகள்

எற்று => என்ன செய்தோம்

ஏதம் => துன்பங்கள்

பலவும் => பலவற்றையும்

எளிய உரை:

சிலர் 'நான் எல்லாப் பற்றுகளையும் விட்டுவிட்டேன்' என்று வாயால் சொல்கிறார்கள், ஆனால், யாருக்கும் தெரியாமல் தீய செயல்களில் ஈடுபடுகிறார்கள்.

இந்த ஏமாற்றுச் செயல் அவர்களுக்குப் பல துன்பங்களைக் கொண்டுவரும். அப்போது அவர்கள், 'அடடா! நான் ஏன் இதுபோல் நடந்துகொண்டேன்!' என்று மிகவும் வருந்துவார்கள்.

குறள் எண்: 276

குறள்:

நெஞ்சின் துறவார், துறந்தார்போல் வஞ்சித்து
வாழ்வாரின் வன்கணார் இல்

இந்தக் குறளை எப்படி மாற்றிப் படிக்கவேண்டும்:

நெஞ்சின் துறவார், துறந்தார்போல் வஞ்சித்து வாழ்வாரின் வன்கணார் இல்

இந்தக் குறளில் உள்ள கடினமான சொற்களும் அவற்றின் பொருளும்:

நெஞ்சின் => நெஞ்சத்தில்

துறவார் => ஆசைகளை விடாதவர்கள்

துறந்தார்போல் => ஆசைகளை விட்டுவிட்டவர்களைப்போல்

வஞ்சித்து => ஏமாற்றி

வாழ்வாரின் => வாழ்வாரைவிட

வன்கணார் => கொடுமையானவர்

இல் => இல்லை

எளிய உரை:

சிலர் வெளித்தோற்றத்துக்குத் துறவிகளைப்போல் நடிக்கிறார்கள். ஆனால், உண்மையில் அவர்கள் எந்த ஆசையையும் விடுவதில்லை. அப்படிப்பட்ட பொய்வேடக்காரர்களைவிடக் கொடுமையானவர்கள் யாருமில்லை.

குறள் எண்: 277

குறள்:

புறம் குன்றி கண்டு அனையரேனும் அகம் குன்றி
மூக்கின் கரியார் உடைத்து

இந்தக் குறளை எப்படி மாற்றிப் படிக்கவேண்டும்:

குன்றி புறம் கண்டு அனையரேனும், அகம் குன்றி மூக்கின் கரியார் உடைத்து

இந்தக் குறளில் உள்ள கடினமான சொற்களும் அவற்றின் பொருளும்:

புறம் => வெளித்தோற்றம்

குன்றி => குன்றிமணி

கண்டு அனையரேனும் => காணப்பட்டாலும்

அகம் => உள்தோற்றம்

மூக்கின் => (குன்றிமணியின்) மூக்கைப்போல்

கரியார் => நிறம் கருத்தவர்கள்

உடைத்து => உள்ளார்கள்

எளிய உரை:

குன்றிமணி சிவப்பாக இருக்கும். ஆனால், அதன் மூக்குப் பகுதி கருப்பாக இருக்கும்.

இந்த உலகத்தில் சிலர் வெளித்தோற்றத்துக்குக் குன்றிமணியைப்போல் சிவப்பாகத் தெரிகிறார்கள். ஆனால், அவர்களுடைய நெஞ்சம் அந்தக் குன்றிமணியின் மூக்கைப்போல் கருத்துள்ளது. (சிலர் உள்ளுக்குள் தீய எண்ணத்துடன் வெளியில் நல்லவர்களைப்போல் நடிக்கிறார்கள்.)

குறள் எண்: 278

குறள்:

மனத்தது மாசு ஆக, மாண்டார் நீர் ஆடி
மறைந்து ஒழுகும் மாந்தர் பலர்

இந்தக் குறளை எப்படி மாற்றிப் படிக்கவேண்டும்:

மனத்தது மாசு ஆக, மாண்டார் நீர் ஆடி மறைந்து ஒழுகும் மாந்தர் பலர்

இந்தக் குறளில் உள்ள கடினமான சொற்களும் அவற்றின் பொருளும்:

மனத்தது => மனத்தில்

மாசு => அழுக்கு / குற்றம்

ஆக => அவ்வாறு இருக்க

மாண்டார் => உயர்ந்தவர்கள்

நீர் ஆடி => குளித்து

மறைந்து => பொய்யாக / இரகசியமாக

ஒழுகும் => நடந்துகொள்ளும்

மாந்தர் => மக்கள்

எளிய உரை:

பல மனிதர்கள் ஒழுக்கமானவர்களைப்போல் நடிக்கிறார்கள். ஆனால், அவர்கள் மனத்தில் அழுக்கு நிரம்பியிருக்கிறது.

குறள் எண்: 279

குறள்:

கணை கொடிது. யாழ் கோடு செவ்விது. ஆங்கு அன்ன
வினைபடு பாலால் கொளல்

இந்தக் குறளை எப்படி மாற்றிப் படிக்கவேண்டும்:

கணை கொடிது. யாழ் கோடு செவ்விது. ஆங்கு அன்ன வினைபடு பாலால் கொளல்

இந்தக் குறளில் உள்ள கடினமான சொற்களும் அவற்றின் பொருளும்:

கணை	=> அம்பு
கொடிது	=> கொடுமை செய்கிறது
கோடு	=> வளைவு
செவ்விது	=> சிறப்பானது
ஆங்கு	=> அதுபோல
அன்ன	=> அதுபோன்ற
வினைபடு பாலால்	=> செயலின் விளைவைக் கருத்தில் கொண்டு
கொளல்	=> அறிந்துகொள்ளுங்கள்

எளிய உரை:

ஓர் அம்பு, வளையாமல் நேராக உள்ளது. ஆனால், அது உயிர்களைத் துளைத்துத் துன்புறுத்துகிறது. ஒரு யாழ், வளைந்து காணப்படுகிறது. ஆனால், அது இனிமையான இசையைக் கொடுத்து எல்லாரையும் மகிழ்விக்கிறது. அதனால், வெளித்தோற்றத்தை வைத்து இவர் நல்லவர், அவர் கெட்டவர் என்று யாரையும் எடை போடவேண்டாம். ஒவ்வொருவருடைய செயலைப் பாருங்கள். அதை வைத்து நல்லவர் யார், கெட்டவர் யார் என்று தெரிந்துகொள்ளுங்கள்.

குறள் எண்: 280

குறள்:

மழித்தலும் நீட்டலும் வேண்டா, உலகம்
பழித்தது ஒழித்துவிடின்

இந்தக் குறளை எப்படி மாற்றிப் படிக்கவேண்டும்:

உலகம் பழித்தது ஒழித்துவிடின் மழித்தலும் நீட்டலும் வேண்டா

இந்தக் குறளில் உள்ள கடினமான சொற்களும் அவற்றின் பொருளும்:

மழித்தலும் => தலை முடியை மழித்துக்கொள்ளுவதும்

நீட்டலும் => தலை முடியை நீளமாக வளர்ப்பதும்

வேண்டா => வேண்டாம்

பழித்தது => பழிக்கப்படுகின்ற தீய செயல்களை

ஒழித்துவிடின் => நீக்கிவிட்டால்

எளிய உரை:

நீங்கள் நீளமாக முடி வளர்க்கிறீர்களா, அல்லது மொட்டையடிக்கிறீர்களா என்பதெல்லாம் உங்கள் விருப்பம். உலகம் பழிக்கின்ற தீய செயல்களைச் செய்யாமல் வாழுங்கள். அது போதும்.

அதிகாரம் 29: கள்ளாமை
(பிறர் பொருளைத் திருடாமல் இருத்தல்)

குறள் எண்: 281

குறள்:

எள்ளாமை வேண்டுவான் என்பான் எனைத்து ஒன்றும்
கள்ளாமை காக்க தன் நெஞ்சு

இந்தக் குறளை எப்படி மாற்றிப் படிக்கவேண்டும்:

எள்ளாமை வேண்டுவான் என்பான் எனைத்து ஒன்றும் கள்ளாமை தன் நெஞ்சு காக்க

இந்தக் குறளில் உள்ள கடினமான சொற்களும் அவற்றின் பொருளும்:

எள்ளாமை	=>	*பிறரால் இகழப்படாதபடி வாழுதல்*
வேண்டுவான்	=>	*விரும்புகிறவன்*
என்பான்	=>	*எனப்படுகிறவன்*
எனைத்து ஒன்றும்	=>	*எதையும்*
கள்ளாமை	=>	*திருடாமல் இருத்தல்*
காக்க	=>	*காப்பாற்றவேண்டும்*

எளிய உரை:

உலகம் உங்களை இகழ்ந்து பேசக்கூடாது என்று நினைக்கிறீர்களா?

அப்படியானால், மனத்தாலும் இன்னொருவருடைய பொருளைத் திருடாமல் வாழுங்கள்.

குறள் எண்: 282

குறள்:

உள்ளத்தால் உள்ளலும் தீதே, பிறன் பொருளைக்
கள்ளத்தால் கள்வேம் எனல்

இந்தக் குறளை எப்படி மாற்றிப் படிக்கவேண்டும்:

பிறன் பொருளைக் கள்ளத்தால் கள்வேம் எனல் உள்ளத்தால் உள்ளலும் தீதே

இந்தக் குறளில் உள்ள கடினமான சொற்களும் அவற்றின் பொருளும்:

உள்ளத்தால் => மனத்தால்

உள்ளலும் => நினைப்பதும்

தீதே => தீமைதான்

பிறன் => இன்னொருவர்

கள்ளத்தால் => கள்ளத்தனத்தால்

கள்வேம் => திருடிக்கொள்ளலாம்

எனல் => என்று நினைத்தல்

எளிய உரை:

இன்னொருவர் பொருளைத் திருடலாம் என்று மனத்துக்குள் நினைப்பதுகூடத் தவறுதான்.

குறள் எண்: 283

குறள்:

> களவினால் ஆகிய ஆக்கம் அளவு இறந்து
> ஆவதுபோலக் கெடும்

இந்தக் குறளை எப்படி மாற்றிப் படிக்கவேண்டும்:

களவினால் ஆகிய ஆக்கம் ஆவது போல அளவு இறந்து கெடும்

இந்தக் குறளில் உள்ள கடினமான சொற்களும் அவற்றின் பொருளும்:

களவினால்	=>	திருடுவதன்மூலம்
ஆகிய	=>	உண்டான
ஆக்கம்	=>	செல்வம்
அளவு இறந்து	=>	அளவைத் தாண்டி
ஆவதுபோல	=>	வளர்வதுபோல
கெடும்	=>	அழியும்

எளிய உரை:

திருடிச் சேர்க்கிற செல்வம் வளர்வதுபோல் தோன்றும், ஆனால், விரைவில் மொத்தமாக அழிந்துபோகும்.

குறள் எண்: 284

குறள்:

களவின்கண் கன்றிய காதல் விளைவின்கண்
வீயா விழுமம் தரும்

இந்தக் குறளை எப்படி மாற்றிப் படிக்கவேண்டும்:

களவின்கண் கன்றிய காதல் விளைவின்கண் வீயா விழுமம் தரும்

இந்தக் குறளில் உள்ள கடினமான சொற்களும் அவற்றின் பொருளும்:

களவின்கண் => திருடுதலின்மீது

கன்றிய => மிகுந்த

விளைவின்கண் => பயன் விளையும்போது

வீயா => அழியாத

விழுமம் => துன்பம்

எளிய உரை:

திருட்டுப் பழக்கத்தை விரும்புகிறவன் பின்னாட்களில் தீராத துன்பத்தைச் சந்திப்பான்.

குறள் எண்: 285

குறள்:

அருள் கருதி அன்பு உடையார் ஆதல் பொருள் கருதிப்
பொச்சாப்புப் பார்ப்பார்கண் இல்

இந்தக் குறளை எப்படி மாற்றிப் படிக்கவேண்டும்:

பொருள் கருதிப் பொச்சாப்புப் பார்ப்பார்கண் அருள் கருதி அன்பு உடையார் ஆதல் இல்

இந்தக் குறளில் உள்ள கடினமான சொற்களும் அவற்றின் பொருளும்:

அருள் => இரக்கம்

கருதி => சிந்தித்து

உடையார் => உடையவர்

ஆதல் => ஆவது

பொச்சாப்பு => சோர்வு

பார்ப்பார்கண் => பார்ப்பவர்களிடம்

இல் => இல்லை

எளிய உரை:

ஏமாந்தவர்களைத் தேடிச் சென்று திருடுகிறவன் மனத்தில் அன்பும் பிறக்காது, இரக்கமும் இருக்காது.

குறள் எண்: 286

குறள்:

அளவின்கண் நின்று ஒழுகல் ஆற்றார் களவின்கண்
கன்றிய காதலவர்

இந்தக் குறளை எப்படி மாற்றிப் படிக்கவேண்டும்:

அளவின்கண் நின்று ஒழுகல் ஆற்றார் களவின்கண் கன்றிய காதலவர்

இந்தக் குறளில் உள்ள கடினமான சொற்களும் அவற்றின் பொருளும்:

அளவின்கண்	=>	*வரம்புக்குள்*
ஒழுகல்	=>	*நடந்துகொள்ளுதல்*
ஆற்றார்	=>	*செய்யமுடியாதவர்கள்*
களவின்கண்	=>	*திருட்டின்மீது*
கன்றிய	=>	*மிகுந்த*
காதலவர்	=>	*காதல் கொண்டவர்*

எளிய உரை:

தன்னிடம் இருக்கும் பணத்தைச் சிக்கனமாகச் செலவு செய்து வாழத் தெரியாதவன்தான் அடுத்தவர் பொருளைத் திருட விரும்புவான்.

குறள் எண்: 287

குறள்:

களவு என்னும் கார் அறிவு ஆண்மை அளவு என்னும்
ஆற்றல் புரிந்தார்கண் இல்

இந்தக் குறளை எப்படி மாற்றிப் படிக்கவேண்டும்:

அளவு என்னும் ஆற்றல் புரிந்தார்கண் களவு என்னும் கார் அறிவு ஆண்மை இல்

இந்தக் குறளில் உள்ள கடினமான சொற்களும் அவற்றின் பொருளும்:

களவு	=> *திருட்டு*
கார்	=> *கருத்த / இருண்ட*
அறிவு ஆண்மை	=> *அறிவைக் கொண்டிருத்தல்*
அளவு	=> *வரம்பு*
ஆற்றல்	=> *திறன்*
புரிந்தார்கண்	=> *பொருந்தியவர்களிடம்*
இல்	=> *இல்லை*

எளிய உரை:

தன்னிடம் இருக்கும் பணத்தைச் சிக்கனமாகச் செலவு செய்து வாழத் தெரிந்தவர்களிடம் திருட்டு என்கிற தீய பண்பு இருக்காது.

குறள் எண்: 288

குறள்:

அளவு அறிந்தார் நெஞ்சத்து அறம் போல நிற்கும்
களவு அறிந்தார் நெஞ்சில் கரவு

இந்தக் குறளை எப்படி மாற்றிப் படிக்கவேண்டும்:

அளவு அறிந்தார் நெஞ்சத்து அறம் நிற்கும், போல, களவு அறிந்தார் நெஞ்சில் கரவு (நிற்கும்)

இந்தக் குறளில் உள்ள கடினமான சொற்களும் அவற்றின் பொருளும்:

அளவு => *வரம்பு*

அறிந்தார் => *அறிந்தவர்கள்*

நெஞ்சத்து => *மனத்தில்*

களவு => *திருடுதல்*

கரவு => *வஞ்சனை*

எளிய உரை:

தன்னிடம் இருக்கும் பணத்தைச் சிக்கனமாகச் செலவு செய்து வாழத் தெரிந்தவன் நெஞ்சில் அறம் நிறைந்திருக்கும். அவ்வாறு வாழத் தெரியாமல் திருடுகிறவன் நெஞ்சில் வஞ்சனை நிறைந்திருக்கும்.

குறள் எண்: 289

குறள்:

அளவு அல்ல செய்து ஆங்கே வீவர், களவு அல்ல
மற்றைய தேற்றாதவர்

இந்தக் குறளை எப்படி மாற்றிப் படிக்கவேண்டும்:

களவு அல்ல மற்றைய தேற்றாதவர் அளவு அல்ல செய்து ஆங்கே வீவர்

இந்தக் குறளில் உள்ள கடினமான சொற்களும் அவற்றின் பொருளும்:

அளவு அல்ல	=>	வரம்பு கடந்த தீமைகளை
ஆங்கே	=>	அங்கு
வீவர்	=>	கெடுவார்கள்
களவு அல்ல	=>	திருட்டு அல்லாத
மற்றைய	=>	மற்ற (நல்ல) பழக்கங்களை
தேற்றாதவர்	=>	அறியாதவர்கள்

எளிய உரை:

திருடுவதைத்தவிர வேறொன்றும் தெரியாத தீயவர்கள் எல்லை மீறிப் பல தீமைகளைச் செய்வார்கள், அதனால் அழிந்துபோவார்கள்.

குறள் எண்: 290

குறள்:

கள்வார்க்குத் தள்ளும் உயிர் நிலை. கள்ளார்க்குத்
தள்ளாது புத்தேள் உலகு

இந்தக் குறளை எப்படி மாற்றிப் படிக்கவேண்டும்:

கள்வார்க்கு உயிர் நிலை தள்ளும். கள்ளார்க்குப் புத்தேள் உலகு தள்ளாது

இந்தக் குறளில் உள்ள கடினமான சொற்களும் அவற்றின் பொருளும்:

கள்வார்க்கு => திருடுபவர்களுக்கு (இங்கு 'திருடுபவர்களை' என்று பொருள்)

தள்ளும் => தவறிப்போகும்

உயிர் நிலை => உயிர்கள் நிலைத்து வாழுகின்ற உலகம்

கள்ளார்க்கு => திருடாதவர்களுக்கு

தள்ளாது => தவறிப்போகாது

புத்தேள் உலகு => தேவர் உலகம் / வானுலகம்

எளிய உரை:

திருடுபவர்களை இந்த உலகம் மதிக்காது. திருடாதவர்களை வானுலகம்கூட மதித்து வரவேற்கும்.

அதிகாரம் 30: வாய்மை (உண்மை)

குறள் எண்: 291

குறள்:

வாய்மை எனப்படுவது யாது எனின், யாது ஒன்றும்
தீமை இலாத சொலல்

இந்தக் குறளை எப்படி மாற்றிப் படிக்கவேண்டும்:

வாய்மை எனப்படுவது யாது எனின், யாது ஒன்றும் தீமை இலாத சொலல்

இந்தக் குறளில் உள்ள கடினமான சொற்களும் அவற்றின் பொருளும்:

வாய்மை => உண்மை

யாது => எது

எனின் => என்றால்

யாது ஒன்றும் => எந்த வகையிலும் / சிறிதளவும்

இலாத => இல்லாதவற்றைச்

சொலல் => சொல்லுதல்

எளிய உரை:

உண்மை என்பது என்ன? சிறிதும் தீங்கு செய்யாதபடி பேசுவதுதான்.

குறள் எண்: 292

குறள்:

பொய்ம்மையும் வாய்மை இடத்த, புரை தீர்ந்த
நன்மை பயக்கும் எனின்

இந்தக் குறளை எப்படி மாற்றிப் படிக்கவேண்டும்:

பொய்ம்மை புரை தீர்ந்த நன்மை பயக்கும் எனின், (பொய்ம்மையும்) வாய்மை இடத்த

இந்தக் குறளில் உள்ள கடினமான சொற்களும் அவற்றின் பொருளும்:

பொய்ம்மையும் => பொய்யும்

வாய்மை இடத்த => உண்மையின் இடத்தில் வைத்துப் பார்க்கப்படும்

புரை => குற்றம்

தீர்ந்த => நீங்கிய

பயக்கும் => கொடுக்கும்

எனின் => என்றால்

எளிய உரை:

ஒரு பொய்யைச் சொன்னால் குற்றமில்லாத நன்மை உண்டாகும் என்றால், அந்தப் பொய்யை உண்மையாகவே கருதலாம்.

குறள் எண்: 293

குறள்:

**தன் நெஞ்சு அறிவது பொய்யற்க. பொய்த்தபின்
தன் நெஞ்சே தன்னைச் சுடும்**

இந்தக் குறளை எப்படி மாற்றிப் படிக்கவேண்டும்:

தன் நெஞ்சு அறிவது பொய்யற்க. பொய்த்தபின் தன் நெஞ்சே தன்னைச் சுடும்

இந்தக் குறளில் உள்ள கடினமான சொற்களும் அவற்றின் பொருளும்:

அறிவது => அறிந்துள்ளதை

பொய்யற்க => பொய் சொல்லவேண்டாம்

பொய்த்தபின் => பொய் சொன்னபின்

சுடும் => வாட்டும் / உறுத்தும்

எளிய உரை:

மனமறியப் பொய் சொல்லாதீர்கள். அப்படிச் சொன்னால், உங்கள் மனமே உங்களை வாட்டும்.

குறள் எண்: 294

குறள்:

உள்ளத்தால் பொய்யாது ஒழுகின் உலகத்தார்
உள்ளத்துள் எல்லாம் உளன்

இந்தக் குறளை எப்படி மாற்றிப் படிக்கவேண்டும்:

உள்ளத்தால் பொய்யாது ஒழுகின் உலகத்தார் உள்ளத்துள் எல்லாம் உளன்

இந்தக் குறளில் உள்ள கடினமான சொற்களும் அவற்றின் பொருளும்:

பொய்யாது => பொய் சொல்லாமல்

ஒழுகின் => நடந்துகொண்டால்

உலகத்தார் => உலக மக்கள்

உள்ளத்துள் => உள்ளங்களுக்குள்

உளன் => இருப்பான்

எளிய உரை:

மனமறியப் பொய் சொல்லாமல் வாழ்பவன் எல்லாருடைய உள்ளத்திலும் இருப்பான்.

குறள் எண்: 295

குறள்:

மனத்தொடு வாய்மை மொழியின் தவத்தொடு
தானம் செய்வாரின் தலை

இந்தக் குறளை எப்படி மாற்றிப் படிக்கவேண்டும்:

மனத்தொடு வாய்மை மொழியின் தவத்தொடு தானம் செய்வாரின் தலை

இந்தக் குறளில் உள்ள கடினமான சொற்களும் அவற்றின் பொருளும்:

மனத்தொடு => மனத்துடன்

வாய்மை => உண்மை

மொழியின் => பேசினால்

தவத்தொடு => தவத்துடன்

தானம் => பிறருக்கு நல்லவற்றைக் கொடுத்து உதவுதல்

செய்வாரின் => செய்பவர்களைவிட

தலை => சிறப்பு

எளிய உரை:

தவம் செய்கிறவர்கள், பிறருக்குக் கொடுத்து உதவுகிறவர்களைவிட, மனத்தாலும் வாயாலும் உண்மையைப் பேசுகிறவர்கள் மிகச் சிறந்தவர்கள்.

குறள் எண்: 296

குறள்:

பொய்யாமை அன்ன புகழ் இல்லை. எய்யாமை
எல்லா அறமும் தரும்

இந்தக் குறளை எப்படி மாற்றிப் படிக்கவேண்டும்:

பொய்யாமை அன்ன புகழ் இல்லை. (பொய்) எய்யாமை எல்லா அறமும் தரும்

இந்தக் குறளில் உள்ள கடினமான சொற்களும் அவற்றின் பொருளும்:

பொய்யாமை => *பொய் பேசாமல் இருத்தல்*

அன்ன => *போன்ற*

எய்யாமை => *அறியாமை*

எளிய உரை:

பொய் பேசாதவனுக்கு மிகப் பெரிய புகழ் கிடைக்கும். பொய் பேசத் தெரியாதவனுக்கு எல்லா அறங்களும் கிடைக்கும்.

குறள் எண்: 297

குறள்:

பொய்யாமை பொய்யாமை ஆற்றின் அறம் பிற
செய்யாமை செய்யாமை நன்று

இந்தக் குறளை எப்படி மாற்றிப் படிக்கவேண்டும்:

பொய்யாமை பொய்யாமை ஆற்றின் பிற அறம் செய்யாமை செய்யாமை நன்று

இந்தக் குறளில் உள்ள கடினமான சொற்களும் அவற்றின் பொருளும்:

பொய்யாமை	=>	*பொய் சொல்லாமல் இருத்தல்*
பொய்யாமை	=>	*இங்கு விடாமல் / உறுதியாக / உண்மையாக என்று பொருள்*
ஆற்றின்	=>	*பின்பற்றினால்*
செய்யாமை	=>	*செய்யாமல் இருத்தல்*
நன்று	=>	*நல்லது*

எளிய உரை:

நீங்கள் மற்ற அறங்களையெல்லாம் பின்பற்றாவிட்டாலும் பரவாயில்லை, எப்போதும் பொய் பேசாமல் வாழுங்கள். அது போதும்.

குறள் எண்: 298

குறள்:

புறம் தூய்மை நீரான் அமையும். அகம் தூய்மை
வாய்மையால் காணப்படும்

இந்தக் குறளை எப்படி மாற்றிப் படிக்கவேண்டும்:

புறம் தூய்மை நீரான் அமையும். அகம் தூய்மை வாய்மையால் காணப்படும்

இந்தக் குறளில் உள்ள கடினமான சொற்களும் அவற்றின் பொருளும்:

புறம் => வெளி

நீரான் => நீரினால்

அமையும் => உண்டாகும்

அகம் => உள் / மனம்

வாய்மையால் => உண்மையால்

காணப்படும் => அறியப்படும்

எளிய உரை:

தண்ணீர் ஊற்றிக் குளித்தால் உடல் தூய்மையாகும். உண்மையைப் பேசினால் உள்ளம் தூய்மையாகும்.

குறள் எண்: 299

குறள்:

எல்லா விளக்கும் விளக்கு அல்ல, சான்றோர்க்குப்
பொய்யா விளக்கே விளக்கு

இந்தக் குறளை எப்படி மாற்றிப் படிக்கவேண்டும்:

சான்றோர்க்கு எல்லா விளக்கும் விளக்கு அல்ல, பொய்யா விளக்கே விளக்கு

இந்தக் குறளில் உள்ள கடினமான சொற்களும் அவற்றின் பொருளும்:

சான்றோர்க்கு => உயர்ந்தவர்களுக்கு

பொய்யா => பொய் பேசாத

எளிய உரை:

மற்ற விளக்குகளெல்லாம் வெளி இருளைத்தான் போக்கும். உண்மை மட்டும்தான் உள் இருளைப் போக்கும். அதனால், உயர்ந்தவர்கள் உண்மையைத்தான் பெரிதும் மதிப்பார்கள்.

குறள் எண்: 300

குறள்:

யாம் மெய்யாக் கண்டவற்றுள் இல்லை எனைத்து ஒன்றும்
வாய்மையின் நல்ல பிற

இந்தக் குறளை எப்படி மாற்றிப் படிக்கவேண்டும்:

யாம் மெய்யாக் கண்டவற்றுள் வாய்மையின் நல்ல பிற எனைத்து ஒன்றும் இல்லை

இந்தக் குறளில் உள்ள கடினமான சொற்களும் அவற்றின் பொருளும்:

யாம் => *நான்*

மெய்யா => *உண்மையாக*

கண்டவற்றுள் => *பார்த்தவற்றில்*

எனைத்து ஒன்றும் => *வேறு எதுவும்*

வாய்மையின் => *உண்மையைவிட*

எளிய உரை:

நான் உண்மையாகக் கண்டு அறிந்தவற்றைச் சிந்தித்துப் பார்த்தால், உண்மையைவிடச் சிறந்த பண்பு ஏதுமில்லை.

அதிகாரம் 31: வெகுளாமை (சினம் கொள்ளாமல் இருத்தல்)

குறள் எண்: 301

குறள்:

செல் இடத்துக் காப்பான் சினம் காப்பான், அல் இடத்துக்
காக்கில் என், காவாக்கால் என்

இந்தக் குறளை எப்படி மாற்றிப் படிக்கவேண்டும்:

சினம் செல் இடத்துக் காப்பான் காப்பான். (சினம் செல்) அல் இடத்துக் காக்கில் என்? காவாக்கால் என்?

இந்தக் குறளில் உள்ள கடினமான சொற்களும் அவற்றின் பொருளும்:

செல் => செல்கிற / ஏற்கப்படுகிற

இடத்து => இடத்தில்

காப்பான் => கட்டுப்படுத்துபவன்

அல் => செல்லாத / ஏற்கப்படாத

காக்கில் => கட்டுப்படுத்தினால்

என் => என்ன

காவாக்கால் => கட்டுப்படுத்தாவிட்டால்

எளிய உரை:

ஒருவன் தன்னுடைய சினம் ஏற்கப்படக்கூடிய இடத்தில் சினம் கொள்ளாமல் கட்டுப்பாட்டுடன் இருக்கவேண்டும். அதுதான் சிறப்பு. அப்படியில்லாமல், அவன் தன்னுடைய சினம் ஏற்கப்படாத இடங்களில் சினத்தைக் கட்டுப்படுத்தி என்ன பயன்?

குறள் எண்: 302

குறள்:

> **செல்லா இடத்துச் சினம் தீது. செல் இடத்தும்**
> **இல் அதனின் தீய பிற**

இந்தக் குறளை எப்படி மாற்றிப் படிக்கவேண்டும்:

> **சினம் செல்லா இடத்து, (சினம்) தீது. (சினம்) செல் இடத்தும் அதனின் தீய பிற இல்**

இந்தக் குறளில் உள்ள கடினமான சொற்களும் அவற்றின் பொருளும்:

- செல்லா => செல்லாத / ஏற்கப்படாத
- இடத்து => இடத்தில்
- தீது => தீமையானது
- செல் => செல்கிற / ஏற்கப்படுகிற
- இடத்தும் => இடத்திலும்
- இல் => இல்லை
- அதனின் => அதைவிட
- தீய => தீமையான

எளிய உரை:

எந்த இடத்தில் நம்முடைய சினம் ஏற்கப்படாதோ, அந்த இடத்தில் சினத்தைக் காண்பிக்கக்கூடாது. ஏனெனில், அங்கு சினத்தை வெளிப்படுத்துவது நமக்குத் தீமையைத் தரும்.

அப்படியானால், நம்முடைய சினம் ஏற்கப்படுகிற இடங்களில் சினத்தை வெளிப்படுத்தலாமா? அதுவும் கூடாது. எல்லா இடங்களிலும் சினத்தைவிடத் தீயது எதுவுமில்லை.

குறள் எண்: 303

குறள்:

மறத்தல் வெகுளியை யார்மாட்டும். தீய
பிறத்தல் அதனால் வரும்

இந்தக் குறளை எப்படி மாற்றிப் படிக்கவேண்டும்:

யார்மாட்டும் வெகுளியை மறத்தல். அதனால் தீய பிறத்தல் வரும்

இந்தக் குறளில் உள்ள கடினமான சொற்களும் அவற்றின் பொருளும்:

மறத்தல் => மறந்துவிடுங்கள்

வெகுளியை => சினத்தை

யார்மாட்டும் => யார்மீதும்

தீய => தீமைகள்

பிறத்தல் => உண்டாதல்

எளிய உரை:

யார்மீதும் சினம் கொள்ளாதீர்கள். ஏனெனில், சினத்தால் பல தீமைகள் உண்டாகும்.

குறள் எண்: 304

குறள்:

நகையும் உவகையும் கொல்லும் சினத்தின்
பகையும் உளவோ பிற

இந்தக் குறளை எப்படி மாற்றிப் படிக்கவேண்டும்:

நகையும் உவகையும் கொல்லும் சினத்தின் பிற பகையும் உளவோ?

இந்தக் குறளில் உள்ள கடினமான சொற்களும் அவற்றின் பொருளும்:

நகை	=>	சிரிப்பு
உவகை	=>	மகிழ்ச்சி
கொல்லும்	=>	அழிக்கும்
சினத்தின்	=>	சினத்தைவிட
உளவோ	=>	உண்டா

எளிய உரை:

சினம் வந்தால் சிரிப்பு போய்விடும், மகிழ்ச்சி போய்விடும். அதைவிடப் பெரிய பகைவர்கள் நமக்கு உண்டா? (இல்லை.)

குறள் எண்: 305

குறள்:

> **தன்னைத் தான் காக்கின் சினம் காக்க. காவாக்கால்**
> **தன்னையே கொல்லும் சினம்**

இந்தக் குறளை எப்படி மாற்றிப் படிக்கவேண்டும்:

தன்னைத் தான் காக்கின் சினம் காக்க. காவாக்கால், சினம் தன்னையே கொல்லும்

இந்தக் குறளில் உள்ள கடினமான சொற்களும் அவற்றின் பொருளும்:

தன்னைத் தான் => நம்மை நாமே

காக்கின் => காப்பதென்றால்

காக்க => கட்டுப்படுத்துங்கள்

காவாக்கால் => கட்டுப்படுத்தாவிட்டால்

எளிய உரை:

உங்களைப் பாதுகாத்துக்கொள்ள விரும்புகிறீர்களா? அப்படியென்றால், சினம் வராமல் பார்த்துக்கொள்ளுங்கள். எப்போதாவது சினம் வந்தாலும் அதைக் கட்டுப்படுத்திக் கொள்ளுங்கள். இல்லாவிட்டால், அந்தச் சினம் கொஞ்சம் கொஞ்சமாக உங்களை அழித்துவிடும்.

குறள் எண்: 306

குறள்:

சினம் என்னும் சேர்ந்தாரைக் கொல்லி இனம் என்னும்
ஏமப் புணையைச் சுடும்

இந்தக் குறளை எப்படி மாற்றிப் படிக்கவேண்டும்:

சினம் என்னும் சேர்ந்தாரைக் கொல்லி இனம் என்னும் ஏமப் புணையைச் சுடும்

இந்தக் குறளில் உள்ள கடினமான சொற்களும் அவற்றின் பொருளும்:

சேர்ந்தாரை	=>	தான் சேர்ந்த நபரை (சினம் கொண்ட நபரை)
கொல்லி	=>	கொல்லக்கூடியது
இனம்	=>	குழு / ஒருவரைச் சுற்றியுள்ளவர்கள்
ஏம	=>	பாதுகாப்பு
புணை	=>	படகு / தெப்பம்
சுடும்	=>	அழிக்கும்

எளிய உரை:

சினம் என்பது உங்களையும் அழிக்கும், உங்களைச் சுற்றியுள்ளவர்களையும் அழிக்கும். அதன்பிறகு, துன்பமான நேரங்களில் யாரும் உங்களுக்குத் துணையாக வரமாட்டார்கள்.

குறள் எண்: 307

குறள்:

> சினத்தைப் பொருள் என்று கொண்டவன் கேடு
> நிலத்து அறைந்தான் கை பிழையாது அற்று

இந்தக் குறளை எப்படி மாற்றிப் படிக்கவேண்டும்:

சினத்தைப் பொருள் என்று கொண்டவன் கேடு, நிலத்து அறைந்தான் கை பிழையாது அற்று

இந்தக் குறளில் உள்ள கடினமான சொற்களும் அவற்றின் பொருளும்:

பொருள் என்று கொண்டவன் => பொருட்படுத்தி ஏற்றுக்கொண்டவன்

கேடு => கெடுதல்

நிலத்து => நிலத்தில்

பிழையாது அற்று => பிழைக்காததுபோன்றது

எளிய உரை:

ஒருவன் தரையை ஓங்கி அடித்தால் அவனுடைய கை வலிக்கும். இது உறுதி. அதுபோல, ஒருவன் சினம் கொண்டால் அவன் அழிவான். இதுவும் உறுதி.

குறள் எண்: 308

குறள்:

இணர் எரி தோய்வு அன்ன இன்னா செயினும்
புணரின் வெகுளாமை நன்று

இந்தக் குறளை எப்படி மாற்றிப் படிக்கவேண்டும்:

இணர் எரி தோய்வு அன்ன இன்னா செயினும் வெகுளாமை புணரின் நன்று

இந்தக் குறளில் உள்ள கடினமான சொற்களும் அவற்றின் பொருளும்:

இணர் => தொடர்ச்சி / தொகுப்பு / கொத்து
எரி => நெருப்பு
தோய்வு => தோய்தல்
அன்ன => போன்ற
இன்னா => தீமை
செயினும் => செய்தாலும்
புணரின் => முடிந்தால்
வெகுளாமை => சினம் கொள்ளாமல் இருத்தல்
நன்று => நல்லது

எளிய உரை:

சிலர் நெருப்பைப்போல் நம்மைச் சுடுவார்கள், நமக்குப் பல தீமைகளைச் செய்வார்கள். ஆனாலும் பரவாயில்லை, முடிந்தால் அவர்களை மன்னித்துவிடுங்கள், அவர்கள்மீது சினம் கொள்ளாதீர்கள். அது உங்களுக்கு மிகவும் நல்லது.

குறள் எண்: 309

குறள்:

உள்ளியது எல்லாம் உடன் எய்தும், உள்ளத்தால்
உள்ளான் வெகுளி எனின்

இந்தக் குறளை எப்படி மாற்றிப் படிக்கவேண்டும்:

உள்ளத்தால் வெகுளி உள்ளான் எனின் உள்ளியது எல்லாம் உடன் எய்தும்

இந்தக் குறளில் உள்ள கடினமான சொற்களும் அவற்றின் பொருளும்:

உள்ளியது => எண்ணியது

உடன் => உடனடியாக

எய்தும் => பெறுவான்

உள்ளான் => எண்ணமாட்டான்

வெகுளி => சினம்

எனின் => என்றால்

எளிய உரை:

மனத்தாலும் சினம் கொள்ளாதவன் எதை நினைத்தாலும் சரி, அது அவனுக்கு உடனடியாகக் கிடைக்கும்.

குறள் எண்: 310

குறள்:

இறந்தார் இறந்தார் அனையர். சினத்தைத்
துறந்தார் துறந்தார் துணை

இந்தக் குறளை எப்படி மாற்றிப் படிக்கவேண்டும்:

இறந்தார், இறந்தார் அனையர். சினத்தைத் துறந்தார், துறந்தார் துணை

இந்தக் குறளில் உள்ள கடினமான சொற்களும் அவற்றின் பொருளும்:

இறந்தார் => (சினத்தில்) அளவு கடந்தவர்கள்

இறந்தார் அனையர் => இறந்தவர்களைப்போன்றவர்கள்

துறந்தார் => விட்டவர்கள்

துறந்தார் => இங்கு துறவிகள் என்று பொருள்

துணை => இணையானவர்கள்

எளிய உரை:

அளவுக்கு மீறிச் சினம் கொள்கிறவர்கள் உயிரோடு இருந்தாலும் பயனில்லை. அவர்கள் இறந்தவர்களுக்குச் சமம்.

சினத்தைக் கட்டுப்படுத்தப் பழகியவர்கள் அனைத்தையும் துறந்த துறவிகளுக்குச் சமம்.

அதிகாரம் 32: இன்னா செய்யாமை
[தீமை செய்யாமல் இருத்தல்]

குறள் எண்: 311

குறள்:

சிறப்பு ஈனும் செல்வம் பெறினும் பிறர்க்கு இன்னா
செய்யாமை மாசு அற்றார் கோள்

இந்தக் குறளை எப்படி மாற்றிப் படிக்கவேண்டும்:

சிறப்பு ஈனும் செல்வம் பெறினும் பிறர்க்கு இன்னா செய்யாமை மாசு அற்றார் கோள்

இந்தக் குறளில் உள்ள கடினமான சொற்களும் அவற்றின் பொருளும்:

ஈனும் => வழங்கும்

பெறினும் => பெற்றாலும்

இன்னா => தீமை

செய்யாமை => செய்யாமல் இருத்தல்

மாசு அற்றார் => குற்றம் இல்லாதவர்கள்

கோள் => கொள்கை

எளிய உரை:

குற்றமற்ற நல்லவர்கள் எவ்வளவு பணம் கிடைத்தாலும் பிறருக்குக் கெடுதல் செய்யமாட்டார்கள்.

குறள் எண்: 312

குறள்:

கறுத்து இன்னா செய்த அக்கண்ணும் மறுத்து இன்னா
செய்யாமை மாசு அற்றார் கோள்

இந்தக் குறளை எப்படி மாற்றிப் படிக்கவேண்டும்:

கறுத்து இன்னா செய்த அக்கண்ணும் மறுத்து இன்னா செய்யாமை மாசு அற்றார் கோள்

இந்தக் குறளில் உள்ள கடினமான சொற்களும் அவற்றின் பொருளும்:

கறுத்து => சினம் கொண்டு

இன்னா => தீமை

அக்கண்ணும் => அந்த இடத்திலும்

மறுத்து => அதற்கு எதிராக

செய்யாமை => செய்யாமல் இருத்தல்

மாசு அற்றார் => குற்றம் இல்லாதவர்கள்

கோள் => கொள்கை

எளிய உரை:

“ஒருவன் என்மீது சினம் கொண்டு எனக்குத் தீமை செய்தாலும் பரவாயில்லை. பதிலுக்கு நான் அவனுக்குத் தீமை செய்யமாட்டேன்” என்பதுதான் குற்றமற்ற நல்லவர்களுடைய கொள்கை.

குறள் எண்: 313

குறள்:

செய்யாமல் செற்றார்க்கும் இன்னாத செய்தபின்
உய்யா விழுமம் தரும்

இந்தக் குறளை எப்படி மாற்றிப் படிக்கவேண்டும்:

செய்யாமல் செற்றார்க்கும் இன்னாத செய்தபின் உய்யா விழுமம் தரும்

இந்தக் குறளில் உள்ள கடினமான சொற்களும் அவற்றின் பொருளும்:

செய்யாமல் => *இங்கு 'தீங்கு செய்யாமல்' என்று பொருள்*

செற்றார்க்கும் => *பகை கொண்டவர்களுக்கும்*

இன்னாத => *தீயவற்றை*

உய்யா => *தப்பமுடியாத*

விழுமம் => *துன்பம்*

எளிய உரை:

நீங்கள் ஒருவருக்கு எந்தத் துன்பமும் தரவில்லை. ஆனால் ஏனோ, அவர் உங்கள்மீது சினம் கொள்கிறார், உங்களைப் பகையாக எண்ணுகிறார். அப்படிப்பட்ட சூழ்நிலையிலும் நீங்கள் அவருக்குத் தீமை செய்யாதீர்கள். அப்படிச் செய்தால், உங்களுக்குத் தீராத துன்பம் வரும். (யாருக்கும் தீமை செய்யாதீர்கள்.)

குறள் எண்: 314

குறள்:

இன்னா செய்தாரை ஒறுத்தல், அவர் நாண
நல் நயம் செய்துவிடல்

இந்தக் குறளை எப்படி மாற்றிப் படிக்கவேண்டும்:

இன்னா செய்தாரை ஒறுத்தல், அவர் நாண நல் நயம் செய்துவிடல்

இந்தக் குறளில் உள்ள கடினமான சொற்களும் அவற்றின் பொருளும்:

இன்னா => தீமை

செய்தாரை => செய்தவரை

ஒறுத்தல் => தண்டித்தல்

நாண => நாணும்படி

நல் நயம் => நல்ல நன்மைகள்

எளிய உரை:

உங்களுக்குத் தீமை செய்த ஒருவரைத் தண்டிக்கவேண்டுமா? அவருக்கு ஏதாவது நன்மை செய்துவிடுங்கள். அதைக் கண்டு அவர் நாணப்பட்டுத் தலை குனியட்டும்!

குறள் எண்: 315

குறள்:

அறிவினான் ஆகுவது உண்டோ, பிறிதின் நோய்
தன் நோய்போல் போற்றாக்கடை

இந்தக் குறளை எப்படி மாற்றிப் படிக்கவேண்டும்:

பிறிதின் நோய் தன் நோய்போல் போற்றாக்கடை அறிவினான் ஆகுவது உண்டோ?

இந்தக் குறளில் உள்ள கடினமான சொற்களும் அவற்றின் பொருளும்:

அறிவினான் => அறிவால்

ஆகுவது => ஆவது

உண்டோ => ஏதேனும் உண்டா?

பிறிதின் => இன்னோர் உயிரின்

போற்றாக்கடை => போற்றாதபோது

எளிய உரை:

இன்னோர் உயிருக்கு வருகிற துன்பத்தைக் கண்டு நம் மனம் துடிக்கவேண்டும், அதை நமக்கு வந்த துன்பத்தைப்போல் எண்ணவேண்டும், விரைந்து சென்று அந்த உயிருக்கு உதவவேண்டும்... இதையெல்லாம் செய்யாவிட்டால் வெறும் புத்தகப் படிப்பாலும் அறிவாலும் என்ன பயன்? (ஏதுமில்லை.)

குறள் எண்: 316

குறள்:

இன்னா எனத் தான் உணர்ந்தவை துன்னாமை
வேண்டும் பிறன்கண் செயல்

இந்தக் குறளை எப்படி மாற்றிப் படிக்கவேண்டும்:

இன்னா எனத் தான் உணர்ந்தவை பிறன்கண் செயல் துன்னாமை வேண்டும்

இந்தக் குறளில் உள்ள கடினமான சொற்களும் அவற்றின் பொருளும்:

இன்னா => *தீமை*

துன்னாமை => *பொருந்தாமல் இருத்தல்*

பிறன்கண் => *மற்றவர்களிடம்*

செயல் => *செய்தல்*

எளிய உரை:

ஒரு செயல் தீமையானது என்று தெரிந்தபிறகு, அதைப் பிறருக்குச் செய்யக்கூடாது.

குறள் எண்: 317

குறள்:

எனைத்தானும் எஞ்ஞான்றும் யார்க்கும் மனத்தான் ஆம்
மாணா செய்யாமை தலை

இந்தக் குறளை எப்படி மாற்றிப் படிக்கவேண்டும்:

எனைத்தானும் எஞ்ஞான்றும் யார்க்கும் மனத்தான் ஆம் மாணா செய்யாமை தலை

இந்தக் குறளில் உள்ள கடினமான சொற்களும் அவற்றின் பொருளும்:

எனைத்தானும் => சிறிதளவும்

எஞ்ஞான்றும் => எப்போதும்

யார்க்கும் => யாருக்கும்

மனத்தான் ஆம் => மனத்தோடு பொருந்த

மாணா => சிறப்பில்லாத செயல்கள்

செய்யாமை => செய்யாமல் இருத்தல்

தலை => சிறப்பு

எளிய உரை:

எப்போதும் யாருக்கும் சிறிய தீமையைக்கூடச் செய்யாதீர்கள், பிறருக்குத் தீங்கு செய்யவேண்டும் என்று மனத்தாலும் நினைக்காதீர்கள், அதுதான் சிறந்த அறம்.

குறள் எண்: 318

குறள்:

தன் உயிர்க்கு இன்னாமை தான் அறிவான் என்கொலோ
மன் உயிர்க்கு இன்னா செயல்

இந்தக் குறளை எப்படி மாற்றிப் படிக்கவேண்டும்:

தன் உயிர்க்கு இன்னாமை அறிவான் மன் உயிர்க்குத் தான் இன்னா செயல் என்கொலோ

இந்தக் குறளில் உள்ள கடினமான சொற்களும் அவற்றின் பொருளும்:

இன்னாமை => தீமை

அறிவான் => அறிந்தவன்

என்கொலோ => ஏனோ

மன் உயிர்க்கு => நிலைத்திருக்கும் (மற்ற) உயிர்களுக்கு

இன்னா => தீமை

செயல் => செய்தல்

எளிய உரை:

இந்தச் செயல் தனக்குத் துன்பத்தைத் தரும் என்று உணர்ந்த ஒருவன், அதே செயலை இன்னோர் உயிருக்குச் செய்வது ஏனோ!

குறள் எண்: 319

குறள்:

பிறர்க்கு இன்னா முற்பகல் செய்யின், தமக்கு இன்னா
பிற்பகல் தாமே வரும்

இந்தக் குறளை எப்படி மாற்றிப் படிக்கவேண்டும்:

முற்பகல் பிறர்க்கு இன்னா செய்யின், பிற்பகல் தமக்கு இன்னா தாமே வரும்

இந்தக் குறளில் உள்ள கடினமான சொற்களும் அவற்றின் பொருளும்:

பிறர்க்கு => *மற்றவர்களுக்கு*

இன்னா => *தீமை*

முற்பகல் => *காலையில்*

செய்யின் => *செய்தால்*

தமக்கு => *தனக்கு*

பிற்பகல் => *மதியம்*

எளிய உரை:

ஒருவன் பிறருக்குத் துன்பம் தந்தால், விரைவில் அதே துன்பம் அவனை நோக்கித் திரும்பி வரும். (பிறருக்குத் தீமை செய்தால் உடனடியாகத் தண்டனை கிடைக்கும்.)

குறள் எண்: 320

குறள்:

நோய் எல்லாம் நோய் செய்தார் மேலவாம். நோய் செய்யார்
நோய் இன்மை வேண்டுபவர்

இந்தக் குறளை எப்படி மாற்றிப் படிக்கவேண்டும்:

நோய் எல்லாம் நோய் செய்தார் மேலவாம். நோய் இன்மை வேண்டுபவர்
நோய் செய்யார்

இந்தக் குறளில் உள்ள கடினமான சொற்களும் அவற்றின் பொருளும்:

நோய் => துன்பம்

செய்தார் => செய்தவர்

மேலவாம் => அவர்களிடம் சேருமாம்

செய்யார் => செய்யமாட்டார்கள்

நோய் இன்மை => துன்பமில்லா நிலை

வேண்டுபவர் => விரும்புபவர்

எளிய உரை:

ஒருவன் மற்றவர்களுக்குத் துன்பம் தந்தால், அந்தத் துன்பங்கள் அனைத்தும் அவனை நோக்கித் திரும்பி வரும். அதனால், துன்பமில்லாமல் வாழ விரும்புகிறவர்கள் பிறரைத் துன்புறுத்தமாட்டார்கள்.

அதிகாரம் 33: கொல்லாமை
(பிற உயிர்களைக் கொல்லாமல் இருத்தல்)

குறள் எண்: 321

குறள்:

அற வினை யாது எனின் கொல்லாமை. கோறல்
பிற வினை எல்லாம் தரும்

இந்தக் குறளை எப்படி மாற்றிப் படிக்கவேண்டும்:

அற வினை யாது எனின் கொல்லாமை. கோறல் பிற வினை எல்லாம் தரும்

இந்தக் குறளில் உள்ள கடினமான சொற்களும் அவற்றின் பொருளும்:

அற வினை => அறச் செயல்

யாது => எது

எனின் => என்றால்

கொல்லாமை => கொல்லாமல் இருத்தல்

கோறல் => கொல்லுதல்

பிற வினை => மற்ற தீமைகள்

எளிய உரை:

பிற உயிர்களைக் கொல்லாமல் இருப்பதுதான் உண்மையான அறம். அதை மீறிப் பிற உயிர்களைக் கொல்பவர்களுக்கு எல்லாவிதமான தீமைகளும் வந்து சேரும்.

குறள் எண்: 322

குறள்:

பகுத்து உண்டு பல் உயிர் ஓம்புதல் நூலோர்
தொகுத்தவற்றுள் எல்லாம் தலை

இந்தக் குறளை எப்படி மாற்றிப் படிக்கவேண்டும்:

பகுத்து உண்டு பல் உயிர் ஓம்புதல் நூலோர் தொகுத்தவற்றுள் எல்லாம் தலை

இந்தக் குறளில் உள்ள கடினமான சொற்களும் அவற்றின் பொருளும்:

பகுத்து	=>	பகிர்ந்து கொடுத்து
பல் உயிர்	=>	பல உயிர்கள்
ஓம்புதல்	=>	காப்பாற்றுதல்
நூலோர்	=>	நல்ல நூல்களை எழுதிய பெரியோர்கள்
தொகுத்தவற்றுள்	=>	தொகுத்துச் சொன்னவற்றில்
தலை	=>	சிறப்பு

எளிய உரை:

பெரியோர்கள் நமக்குச் சொன்ன நல்ல அறச்செயல்களிலெல்லாம் மிகச் சிறந்த அறச்செயல், நம்மிடம் இருப்பதைப் பல உயிர்களுக்கும் பகிர்ந்து கொடுத்து உண்ணவேண்டும், அதன்மூலம் பல்வேறு உயிர்களைக் காப்பாற்றவேண்டும்.

குறள் எண்: 323

குறள்:

> ஒன்று ஆக நல்லது கொல்லாமை. மற்று அதன்
> பின் சாரப் பொய்யாமை நன்று

இந்தக் குறளை எப்படி மாற்றிப் படிக்கவேண்டும்:

> ஒன்று ஆக நல்லது கொல்லாமை. மற்று அதன் பின் சாரப் பொய்யாமை நன்று

இந்தக் குறளில் உள்ள கடினமான சொற்களும் அவற்றின் பொருளும்:

ஒன்று ஆக => இணையற்ற ஒரு நல்ல அறமாக

கொல்லாமை => கொல்லாமல் இருத்தல்

மற்று => பின்னர்

அதன் பின் சார => அதற்குப்பின் நிற்பதற்கு

பொய்யாமை => பொய் சொல்லாமல் இருத்தல்

நன்று => நல்லது

எளிய உரை:

உலகில் மிக உயர்ந்த, இணையற்ற அறம் எது என்றால், பிற உயிர்களைக் கொல்லாதீர்கள். அதன்பிறகு இன்னோர் அறத்தைச் சொல்லவேண்டுமென்றால், எப்போதும் பொய் சொல்லாதீர்கள்.

குறள் எண்: 324

குறள்:

நல் ஆறு எனப்படுவது யாது எனின், யாது ஒன்றும்
கொல்லாமை சூழும் நெறி

இந்தக் குறளை எப்படி மாற்றிப் படிக்கவேண்டும்:

நல் ஆறு எனப்படுவது யாது எனின், யாது ஒன்றும் கொல்லாமை சூழும் நெறி

இந்தக் குறளில் உள்ள கடினமான சொற்களும் அவற்றின் பொருளும்:

நல் ஆறு => நல்ல வழி

யாது => எது

எனின் => என்றால்

யாது ஒன்றும் => எந்த உயிரையும்

கொல்லாமை => கொல்லாமல் இருத்தல்

சூழும் => கருதுகின்ற

நெறி => வழி

எளிய உரை:

உலகில் நல்ல வழி எது என்றால், எந்த உயிரையும் கொல்லாமல் இருக்கும் வழிதான்.

குறள் எண்: 325

குறள்:

நிலை அஞ்சி நீத்தாருள் எல்லாம் கொலை அஞ்சிக்
கொல்லாமை சூழ்வான் தலை

இந்தக் குறளை எப்படி மாற்றிப் படிக்கவேண்டும்:

நிலை அஞ்சி நீத்தாருள் எல்லாம் கொலை அஞ்சிக் கொல்லாமை சூழ்வான் தலை

இந்தக் குறளில் உள்ள கடினமான சொற்களும் அவற்றின் பொருளும்:

நிலை => பிறப்பு, இறப்பு என்று மாறி மாறி வருகின்ற வாழ்க்கை நிலை

அஞ்சி => அச்சப்பட்டு

நீத்தாருள் => துறந்தவர்களுக்குள் / துறவிகளுக்குள்

கொல்லாமை => கொல்லாமல் இருத்தல்

சூழ்வான் => மேற்கொள்பவர்

தலை => சிறந்தவர்

எளிய உரை:

சிலர் பிறப்பு, இறப்பு என்கிற வாழ்க்கைச் சுழலை எண்ணி அஞ்சுகிறார்கள், அனைத்தையும் துறந்து துறவிகளாகிறார்கள்.

சிலர் கொலை செய்வதால் வரும் துன்பத்தை எண்ணி அஞ்சுகிறார்கள், எந்த உயிரையும் கொல்லாமல் வாழ்கிறார்கள். இவர்கள் துறவிகளைவிடச் சிறந்தவர்கள்.

குறள் எண்: 326

குறள்:

**கொல்லாமை மேற்கொண்டு ஒழுகுவான் வாழ்நாள்மேல்
செல்லாது உயிர் உண்ணும் கூற்று**

இந்தக் குறளை எப்படி மாற்றிப் படிக்கவேண்டும்:

உயிர் உண்ணும் கூற்று, கொல்லாமை மேற்கொண்டு ஒழுகுவான் வாழ்நாள்மேல் செல்லாது

இந்தக் குறளில் உள்ள கடினமான சொற்களும் அவற்றின் பொருளும்:

கொல்லாமை => கொல்லாமல் இருத்தல்

மேற்கொண்டு => பின்பற்றி

ஒழுகுவான் => நடப்பவர்கள்

கூற்று => கூற்றுவன் / எமன்

எளிய உரை:

மற்ற உயிர்களைக் கொல்லாத நல்லவர்கள் நெடுநாள் சிறப்பாக வாழ்வார்கள். எமன்கூட அவர்களை நெருங்க அஞ்சுவான்.

குறள் எண்: 327

குறள்:

தன் உயிர் நீப்பினும் செய்யற்க தான் பிறிது
இன் உயிர் நீக்கும் வினை

இந்தக் குறளை எப்படி மாற்றிப் படிக்கவேண்டும்:

தன் உயிர் நீப்பினும், தான் பிறிது இன் உயிர் நீக்கும் வினை செய்யற்க

இந்தக் குறளில் உள்ள கடினமான சொற்களும் அவற்றின் பொருளும்:

நீப்பினும் => நீங்கினாலும்

செய்யற்க => செய்யவேண்டாம்

பிறிது => மற்றோர் உயிரினம்

இன் உயிர் => இனிய உயிர்

வினை => செயல்

எளிய உரை:

உயிரே போனாலும் சரி, மற்ற உயிரினங்களைக் கொல்லுகிற தீய செயலைச் செய்யாதீர்கள்.

குறள் எண்: 328

குறள்:

நன்று ஆகும் ஆக்கம் பெரிது எனினும் சான்றோர்க்குக்
கொன்று ஆகும் ஆக்கம் கடை

இந்தக் குறளை எப்படி மாற்றிப் படிக்கவேண்டும்:

சான்றோர்க்கு நன்று ஆகும் ஆக்கம் பெரிது எனினும், கொன்று ஆகும் ஆக்கம் கடை

இந்தக் குறளில் உள்ள கடினமான சொற்களும் அவற்றின் பொருளும்:

நன்று => நன்மை

ஆகும் => ஆகின்ற

ஆக்கம் => செல்வம்

எனினும் => என்றாலும்

சான்றோர்க்கு => சிறந்தவர்களுக்கு

கொன்று => கொலை செய்து

கடை => இழிவானது

எளிய உரை:

ஓர் உயிரைக் கொன்றால் நமக்கு நன்மை நடக்கும், செல்வம் பெருகும் என்றாலும்கூட, அந்த உயிரைக் கொல்லாதீர்கள். பெரியோர்கள் கொலையின்மூலம் கிடைக்கிற செல்வத்தை இழிவாகத்தான் எண்ணுவார்கள்.

குறள் எண்: 329

குறள்:

கொலை வினையர் ஆகிய மாக்கள் புலை வினையர்
புன்மை தெரிவார் அகத்து

இந்தக் குறளை எப்படி மாற்றிப் படிக்கவேண்டும்:

கொலை வினையர் ஆகிய மாக்கள், புன்மை தெரிவார் அகத்து, புலை வினையர்

இந்தக் குறளில் உள்ள கடினமான சொற்களும் அவற்றின் பொருளும்:

கொலை வினையர் => கொலைச் செயலைச் செய்கிறவர்கள்

மாக்கள் => பகுத்து அறியும் திறன் இல்லாத மனிதர்கள்

புலை வினையர் => இழிவான செயலைச் செய்கிறவர்கள்

புன்மை => இழிவான தன்மை

தெரிவார் => அறிந்தவர்கள்

அகத்து => உள்ளத்தில்

எளிய உரை:

கொலை செய்வது மிகவும் இழிவான செயல். இதை அறிந்தவர்கள் பிற உயிர்களைக் கொல்கிறவர்களை மிகவும் இழிவாகத்தான் நினைப்பார்கள்.

குறள் எண்: 330

குறள்:

உயிர் உடம்பின் நீக்கியார் என்ப, செயிர் உடம்பின்
செல்லாத் தீ வாழ்க்கையவர்

இந்தக் குறளை எப்படி மாற்றிப் படிக்கவேண்டும்:

செயிர் உடம்பின் செல்லாத் தீ வாழ்க்கையவர் உயிர் உடம்பின் நீக்கியார் என்ப

இந்தக் குறளில் உள்ள கடினமான சொற்களும் அவற்றின் பொருளும்:

உடம்பின் => உடம்பிலிருந்து

நீக்கியார் => நீக்கியவர்

என்ப => என்று சொல்வார்கள்

செயிர் => குற்றம் / நோய்

உடம்பின் => உடம்புடன்

செல்லாத் தீ => குறையாத நெருப்பு / துன்பம்

வாழ்க்கையவர் => வாழ்க்கையைக் கொண்டவர்

எளிய உரை:

ஒருவர் நோய்வாய்ப்பட்ட உடம்புடன், தீராத துன்பங்களுடன் சிரமப்பட்டு வாழ்கிறார். அவரைப் பார்க்கிறவர்கள், 'இவர் இதற்குமுன் எப்போதோ ஓர் உயிரைக் கொன்றிருக்கிறார். அதற்குத் தண்டனைதான் இந்த வாழ்க்கை' என்கிறார்கள். (பிற உயிர்களைக் கொல்பவர்களுக்குப் பெரும் துன்பம் வரும்.)

அதிகாரம் 34: நிலையாமை (வாழ்வின் நிலையாத தன்மை)

குறள் எண்: 331

குறள்:

நில்லாதவற்றை நிலையின என்று உணரும்
புல் அறிவு ஆண்மை கடை

இந்தக் குறளை எப்படி மாற்றிப் படிக்கவேண்டும்:

நில்லாதவற்றை நிலையின என்று உணரும் புல் அறிவு ஆண்மை கடை

இந்தக் குறளில் உள்ள கடினமான சொற்களும் அவற்றின் பொருளும்:

நில்லாதவற்றை	=> *நிலையற்றவற்றை*
நிலையின	=> *நிலைத்திருப்பவை*
புல் அறிவு ஆண்மை	=> *புன்மையான அறிவுடன் இருப்பது*
கடை	=> *இழிவு*

எளிய உரை:

நிலையற்ற பொருட்களை நிலையானவை என்று நினைத்து மயங்கவேண்டாம்.

குறள் எண்: 332

குறள்:

கூத்து ஆட்டு அவைக் குழாத்து அற்றே பெரும் செல்வம்
போக்கும் அது விளிந்து அற்று

இந்தக் குறளை எப்படி மாற்றிப் படிக்கவேண்டும்:

பெரும் செல்வம் கூத்து ஆட்டு அவைக் குழாத்து அற்றே. (செல்வம்)
போக்கும் அது விளிந்து அற்று

இந்தக் குறளில் உள்ள கடினமான சொற்களும் அவற்றின் பொருளும்:

கூத்து ஆட்டு அவை => கூத்து / நாடக அரங்கம்

குழாத்து அற்றே => கூட்டத்தைப்போன்றது

போக்கும் => செல்வதும்

விளிந்து அற்று => முடிவதைப்போன்றது

எளிய உரை:

ஓர் அரங்கத்தில் நாடகம் நடக்கிறது என்றால் மக்கள் கூட்டமாக வருவார்கள், நாடகம் முடிந்ததும் சென்றுவிடுவார்கள்.

பெரிய செல்வமும் அப்படிதான், தானாக வரும், பின்னர் தானாகச் சென்றுவிடும். (செல்வம் நிலையற்றது.)

குறள் எண்: 333

குறள்:

அற்கா இயல்பிற்று செல்வம். அது பெற்றால்
அற்குப ஆங்கே செயல்

இந்தக் குறளை எப்படி மாற்றிப் படிக்கவேண்டும்:

செல்வம் அற்கா இயல்பிற்று. அது பெற்றால், அற்குப ஆங்கே செயல்

இந்தக் குறளில் உள்ள கடினமான சொற்களும் அவற்றின் பொருளும்:

அற்கா => நிலைத்திருக்காத

இயல்பிற்று => இயல்பைக் கொண்டது

அது பெற்றால் => அதைப் பெற்றால்

அற்குப => நிலைத்திருப்பவை (நல்ல அறச் செயல்கள்)

ஆங்கே => அப்போதே

செயல் => செய்யுங்கள்

எளிய உரை:

செல்வம் நிலையற்றது. அது எப்போது வரும், எப்போது போகும் என்று யாருக்கும் தெரியாது. அதனால், உங்களுக்குச் செல்வம் கிடைத்தால், அதைக் கொண்டு நல்ல அறச்செயல்களை உடனடியாகச் செய்யுங்கள்.

குறள் எண்: 334

குறள்:

நாள் என ஒன்றுபோல் காட்டி, உயிர் ஈரும்
வாள் அது, உணர்வார்ப் பெறின்

இந்தக் குறளை எப்படி மாற்றிப் படிக்கவேண்டும்:

உணர்வார்ப் பெறின், நாள் என ஒன்றுபோல் காட்டி, உயிர் ஈரும் வாள் அது

இந்தக் குறளில் உள்ள கடினமான சொற்களும் அவற்றின் பொருளும்:

ஒன்றுபோல் காட்டி => ஒரு பொருளைப்போல் தோன்றி
ஈரும் => அறுக்கின்ற / பிளக்கின்ற
உணர்வார் => உணர்கிறவர்கள்
பெறின் => பெற்றால்

எளிய உரை:

கடந்து செல்கிற ஒவ்வொரு நாளும் நாள் இல்லை, உயிரை அறுக்கிற வாள். வாழ்க்கை நிலையற்றது என்பதை உணர்ந்தவர்கள் இதை நன்கு அறிவார்கள்.

குறள் எண்: 335

குறள்:

நாச்செற்று விக்குள் மேல் வாராமுன் நல் வினை
மேற்சென்று செய்யப்படும்

இந்தக் குறளை எப்படி மாற்றிப் படிக்கவேண்டும்:

நாச்செற்று விக்குள் மேல் வாராமுன் நல் வினை மேற்சென்று செய்யப்படும்

இந்தக் குறளில் உள்ள கடினமான சொற்களும் அவற்றின் பொருளும்:

நாச்செற்று	=> நாக்கு பேச இயலாதபடி அடங்கிப்போய்
விக்குள்	=> விக்கல்
மேல் வாராமுன்	=> மேலெழுந்து வருவதற்குமுன்
நல் வினை	=> நல்ல அறச்செயல்கள்
மேற்சென்று	=> விரைந்து
செய்யப்படும்	=> செய்யவேண்டும்

எளிய உரை:

வயதாகி முதுமை வந்தால் நாக்கு பேச இயலாமல் தடுமாறும், விக்கல் மேலெழுந்து வந்து துன்புறுத்தும், நாம் விரும்புகின்ற எதையும் செய்ய இயலாது. அதனால், முதுமை வருவதற்குமுன் இப்போதே உங்களால் இயன்ற நல்ல செயல்களைச் செய்துவிடுங்கள். (நல்ல செயல்களைப் பின்னர் செய்துகொள்ளலாம் என்று தள்ளிப்போடவேண்டாம்.)

குறள் எண்: 336

குறள்:

நெருநல் உளன் ஒருவன் இன்று இல்லை என்னும்
பெருமை உடைத்து இவ்வுலகு

இந்தக் குறளை எப்படி மாற்றிப் படிக்கவேண்டும்:

இவ்வுலகு, ஒருவன் நெருநல் உளன், இன்று இல்லை என்னும் பெருமை உடைத்து

இந்தக் குறளில் உள்ள கடினமான சொற்களும் அவற்றின் பொருளும்:

நெருநல் => நேற்று

உளன் => இருந்தான்

பெருமை உடைத்து => பெருமையைக் கொண்டது

இவ்வுலகு => இந்த உலகம்

எளிய உரை:

நேற்று உயிருடன் இருந்தவன் இன்றைக்கு இல்லை என்பதுதான் இந்த உலகத்தின் பெருமை. (மனித வாழ்க்கை நிலையற்றது.)

குறள் எண்: 337

குறள்:

ஒரு பொழுதும் வாழ்வது அறியார் கருதுப
கோடியும் அல்ல பல

இந்தக் குறளை எப்படி மாற்றிப் படிக்கவேண்டும்:

ஒரு பொழுதும் வாழ்வது அறியார், கோடியும் அல்ல, பல கருதுப

இந்தக் குறளில் உள்ள கடினமான சொற்களும் அவற்றின் பொருளும்:

கருதுப => *நினைப்பார்கள்*

கோடியும் அல்ல => *கோடி இல்லை*

பல => *கோடியைவிடக் கூடுதலான எண்ணிக்கை*

எளிய உரை:

மக்கள் மனித வாழ்க்கையின் தன்மையை அறிவதில்லை, அதுபற்றிச் சிறிதும் எண்ணிப்பார்ப்பதில்லை, அதற்குப் பதிலாக, கோடிக்கணக்கான வீணான விஷயங்களைப்பற்றி எண்ணிக்கொண்டிருக்கிறார்கள்.

குறள் எண்: 338

குறள்:

குடம்பை தனித்து ஒழியப் புள் பறந்து அற்றே,
உடம்போடு உயிர் இடை நட்பு

இந்தக் குறளை எப்படி மாற்றிப் படிக்கவேண்டும்:

உடம்போடு உயிர் இடை நட்பு, குடம்பை தனித்து ஒழியப் புள் பறந்து அற்றே

இந்தக் குறளில் உள்ள கடினமான சொற்களும் அவற்றின் பொருளும்:

குடம்பை	=> கூடு
தனித்து	=> தனியாக
ஒழிய	=> கிடக்க
புள்	=> பறவை
பறந்து அற்றே	=> பறந்ததைப் போன்றது
இடை	=> இடையிலான

எளிய உரை:

பறவை கூட்டில் வாழ்கிறது. என்றாவது ஒருநாள், அந்தப் பறவை அந்தக் கூட்டை விட்டுப் பறந்து சென்றுவிடுகிறது.

மனித உடம்புக்கும் உயிருக்கும் நடுவிலுள்ள தொடர்பும் அப்படிப்பட்டதுதான். (மனித வாழ்க்கை நிலையற்றது. எந்த நேரத்திலும் உடலை விட்டு உயிர் பறந்துவிடக்கூடும்.)

குறள் எண்: 339

குறள்:

உறங்குவது போலும் சாக்காடு. உறங்கி
விழிப்பது போலும் பிறப்பு

இந்தக் குறளை எப்படி மாற்றிப் படிக்கவேண்டும்:

சாக்காடு, உறங்குவது போலும். பிறப்பு, உறங்கி விழிப்பது போலும்.

இந்தக் குறளில் உள்ள கடினமான சொற்களும் அவற்றின் பொருளும்:

போலும் => போன்றது

சாக்காடு => இறப்பு

எளிய உரை:

ஒருவன் தூங்குகிறான், பின்னர் விழித்து எழுகிறான். அதுபோல, மனிதர்கள் இறக்கிறார்கள், பின்னர் மீண்டும் பிறக்கிறார்கள்.

குறள் எண்: 340

குறள்:

புக்கில் அமைந்தின்றுகொல்லோ, உடம்பினுள்
துச்சில் இருந்த உயிர்க்கு

இந்தக் குறளை எப்படி மாற்றிப் படிக்கவேண்டும்:

உடம்பினுள் துச்சில் இருந்த உயிர்க்குப் புக்கில் அமைந்தின்றுகொல்லோ

இந்தக் குறளில் உள்ள கடினமான சொற்களும் அவற்றின் பொருளும்:

புக்கில் => இருக்கும் இல்லம் / நிலையான இல்லம்

அமைந்தின்றுகொல்லோ => அமையவில்லையோ

உடம்பினுள் => உடம்புக்குள்

துச்சில் => ஒதுக்கமான இடத்தில் / மூலையில்

எளிய உரை:

மனிதனுடைய உடம்புக்குள் ஒரு மூலையில் அவனுடைய உயிர் தங்கியிருக்கிறது, பின்னர் அங்கிருந்து வெளியேறிவிடுகிறது. இது ஏன்? அந்த உயிர் நிரந்தரமாகத் தங்குவதற்கு ஓர் இடம் இன்னும் அமையவில்லையோ! (மனித வாழ்க்கை நிலையற்றது. எந்த உடலிலும் உயிர் நிரந்தரமாகத் தங்குவதில்லை.)

அதிகாரம் 35: துறவு

குறள் எண்: 341

குறள்:

யாதனின் யாதனின் நீங்கியான் நோதல்
அதனின் அதனின் இலன்

இந்தக் குறளை எப்படி மாற்றிப் படிக்கவேண்டும்:

யாதனின் யாதனின் நீங்கியான் அதனின் அதனின் நோதல் இலன்

இந்தக் குறளில் உள்ள கடினமான சொற்களும் அவற்றின் பொருளும்:

யாதனின்	=> எதனின் / எந்த ஒரு பொருளின்
நீங்கியான்	=> ஆசையை விட்டு நீங்கியவன்
நோதல்	=> துன்பம் அடைதல்
அதனின்	=> அதனால் வருகிற
இலன்	=> இல்லாதவன்

எளிய உரை:

எந்தெந்தப் பொருட்களின்மீது ஆசைப்படாமல் இருக்கிறோமோ, அந்தந்தப் பொருட்களினால் நமக்குத் துன்பம் வராது. (ஆசைதான் துன்பத்துக்கு அடிப்படை.)

குறள் எண்: 342

குறள்:

வேண்டின் உண்டாகத் துறக்க. துறந்தபின்
ஈண்டு இயற்பால பல

இந்தக் குறளை எப்படி மாற்றிப் படிக்கவேண்டும்:

உண்டாக வேண்டின், துறக்க. துறந்தபின் ஈண்டு இயற்பால பல

இந்தக் குறளில் உள்ள கடினமான சொற்களும் அவற்றின் பொருளும்:

வேண்டின் => வேண்டுமென்றால்

உண்டாக => நன்மை உண்டாக

துறக்க => ஆசைகளைத் துறந்துவிடுங்கள்

துறந்தபின் => ஆசைகளைத் துறந்தபிறகு

ஈண்டு => இங்கு

இயற்பால => இயலக்கூடியவை

எளிய உரை:

உண்மையான நன்மை வேண்டுமா? உலகப் பொருட்களின்மீது ஆசை வைப்பதை விட்டுவிடுங்கள். அதன்பிறகு, இங்கு உங்களுக்குப் பல இன்பங்கள் கிடைக்கும்.

குறள் எண்: 343

குறள்:

அடல் வேண்டும் ஐந்தன் புலத்தை. விடல் வேண்டும்
வேண்டிய எல்லாம் ஒருங்கு

இந்தக் குறளை எப்படி மாற்றிப் படிக்கவேண்டும்:

ஐந்தன் புலத்தை அடல் வேண்டும். வேண்டிய எல்லாம் ஒருங்கு விடல் வேண்டும்

இந்தக் குறளில் உள்ள கடினமான சொற்களும் அவற்றின் பொருளும்:

அடல் => கெடுத்தல் / வெல்லுதல்

ஐந்தன் => ஐம்பொறிகளின்

(கண், காது, மூக்கு, வாய், உடல்)

புலத்தை => ஐம்புலன்களை (பார்த்தல், கேட்டல், முகர்தல், சுவைத்தல், தொடுதல்)

விடல் => விடுதல்

வேண்டிய => விரும்பிய

ஒருங்கு => ஒன்றாக

எளிய உரை:

கண், காது, மூக்கு, வாய், உடல் ஆகிய ஐம்பொறிகளுக்கு உரிய பார்த்தல், கேட்டல், முகர்தல், சுவைத்தல், தொடுதல் ஆகிய ஐம்புலன்களையும் கட்டுப்படுத்தி வெல்லவேண்டும், நாம் விரும்பிப் பயன்படுத்துகிற உலகப் பொருட்களின்மீது ஆசை வைப்பதை மொத்தமாக விட்டுவிடவேண்டும். இவைதான் துறவின் அடையாளங்கள்.

குறள் எண்: 344

குறள்:

இயல்பு ஆகும் நோன்பிற்கு ஒன்று இன்மை, உடைமை
மயல் ஆகும் மற்றும் பெயர்த்து

இந்தக் குறளை எப்படி மாற்றிப் படிக்கவேண்டும்:

ஒன்று இன்மை நோன்பிற்கு இயல்பு ஆகும். (ஒன்று) உடைமை மற்றும் பெயர்த்து மயல் ஆகும்

இந்தக் குறளில் உள்ள கடினமான சொற்களும் அவற்றின் பொருளும்:

நோன்பிற்கு => துறவுக்கு

இன்மை => இல்லாமல் இருத்தல்

உடைமை => கொண்டிருத்தல்

மயல் => மயக்கம்

மற்றும் => மேலும்

பெயர்த்து => போக்கி / நீக்கி

எளிய உரை:

ஒருவர் துறவியாக இருக்கிறார் என்றால், எதன்மீதும் பற்று வைக்கக்கூடாது. அதுதான் துறவின் இயல்பு.

ஒருவேளை, அவர் ஏதேனும் ஒரு பொருளின்மீது பற்று வைக்கிறார் என்றால், அது அவருடைய துறவை நீக்கிவிடும், மயக்கத்தைக் கொண்டுவந்துவிடும்.

குறள் எண்: 345

குறள்:

மற்றும் தொடர்ப்பாடு எவன்கொல், பிறப்பு அறுக்கல்
உற்றார்க்கு உடம்பும் மிகை

இந்தக் குறளை எப்படி மாற்றிப் படிக்கவேண்டும்:

பிறப்பு அறுக்கல் உற்றார்க்கு உடம்பும் மிகை, மற்றும் தொடர்ப்பாடு எவன்கொல்

இந்தக் குறளில் உள்ள கடினமான சொற்களும் அவற்றின் பொருளும்:

மற்றும் => *மேலும்*

தொடர்ப்பாடு => *தொடர்ச்சி / பொருட்களின்மீது தொடர்ந்து பற்று வைத்தல்*

எவன்கொல் => *எதற்கு*

அறுக்கல் => *அறுத்தல்*

உற்றார்க்கு => *மேற்கொண்டவர்களுக்கு*

மிகை => *கூடுதல் / சுமை*

எளிய உரை:

பிறப்பு, இறப்பு என்கிற சுழலிலிருந்து விடுபடவேண்டும் என்று விரும்புகிறவர்கள் தங்களுடைய சொந்த உடம்பைக்கூடச் சுமையாகத்தான் கருதுவார்கள். அப்படிப்பட்டவர்கள் உலகப் பொருட்களின்மீது தொடர்ந்து பற்று வைக்கலாமா? (கூடாது.)

குறள் எண்: 346

குறள்:

யான், எனது என்னும் செருக்கு அறுப்பான் வானோர்க்கு
உயர்ந்த உலகம் புகும்

இந்தக் குறளை எப்படி மாற்றிப் படிக்கவேண்டும்:

யான், எனது என்னும் செருக்கு அறுப்பான் வானோர்க்கு உயர்ந்த உலகம் புகும்

இந்தக் குறளில் உள்ள கடினமான சொற்களும் அவற்றின் பொருளும்:

யான் => நான்

எனது => என்னுடையவை

செருக்கு => ஆணவம்

அறுப்பான் => நீக்குபவன்

வானோர்க்கு => வானுலகத் தேவர்களுக்கு

புகும் => புகுவான்

எளிய உரை:

நான் என்கிற ஆணவத்தையும், இவை என்னுடைய பொருட்கள் என்கிற பற்றையும் நீக்கியவன் தேவர்களுக்கும் கிடைக்காத மிக உயர்ந்த நிலையை அடைவான்.

குறள் எண்: 347

குறள்:

பற்றி விடாஅ இடும்பைகள், பற்றினைப்
பற்றி விடாஅதவர்க்கு

இந்தக் குறளை எப்படி மாற்றிப் படிக்கவேண்டும்:

பற்றினைப் பற்றி விடாஅதவர்க்கு இடும்பைகள் பற்றி விடாஅ

இந்தக் குறளில் உள்ள கடினமான சொற்களும் அவற்றின் பொருளும்:

பற்றி	=> *பற்றிக்கொண்டு*
விடாஅ	=> *விடுவதில்லை*
இடும்பைகள்	=> *துன்பங்கள்*
விடாஅதவர்க்கு	=> *விடாதவர்களை*

எளிய உரை:

உலகப் பொருட்களின்மீது ஆசை கொண்டவர்கள், அவற்றை விடாமல் பற்றிக்கொண்டு கிடக்கிறவர்களைத் துன்பங்கள் விடாமல் பற்றிக்கொள்ளும். (ஆசைதான் துன்பத்துக்கு அடிப்படை.)

குறள் எண்: 348

குறள்:

தலைப்பட்டார் தீரத் துறந்தார். மயங்கி
வலைப்பட்டார் மற்றையவர்

இந்தக் குறளை எப்படி மாற்றிப் படிக்கவேண்டும்:

தீரத் துறந்தார் தலைப்பட்டார். மற்றையவர் மயங்கி வலைப்பட்டார்

இந்தக் குறளில் உள்ள கடினமான சொற்களும் அவற்றின் பொருளும்:

தலைப்பட்டார் => உயர்ந்த நிலையை எட்டினார்கள்

தீர => தீரும்படி

துறந்தார் => துறந்தவர்கள் / முனிவர்கள்

வலைப்பட்டார் => சிக்கிக்கொண்டார்கள்

மற்றையவர் => மற்றவர்கள்

எளிய உரை:

ஆசைகளை முழுக்கத் துறந்தவர்கள் உயர்ந்த நிலையை எட்டுவார்கள். மற்றவர்கள் பிறப்பு, இறப்பு என்கின்ற சுழலில் சிக்கித் தவிப்பார்கள்.

குறள் எண்: 349

குறள்:

பற்று அற்றகண்ணே பிறப்பு அறுக்கும். மற்று
நிலையாமை காணப்படும்

இந்தக் குறளை எப்படி மாற்றிப் படிக்கவேண்டும்:

பற்று அற்றகண்ணே பிறப்பு அறுக்கும். மற்று நிலையாமை காணப்படும்

இந்தக் குறளில் உள்ள கடினமான சொற்களும் அவற்றின் பொருளும்:

பற்று அற்றகண்ணே => பற்றை நீக்கியபோதுதான்

பிறப்பு => பிறப்பு, இறப்பு என்னும் சுழல்

அறுக்கும் => அறுந்துபோகும்

மற்று => அவ்வாறு இல்லாவிட்டால் (பற்று நீங்காவிட்டால்)

நிலையாமை => நிலையற்ற தன்மை

எளிய உரை:

உலகப் பொருட்களின்மீது ஆசை வைப்பதை நிறுத்தினால், பிறப்பு, இறப்பு என்கிற சுழலிலிருந்து விடுபடலாம். இல்லாவிட்டால், நிலையில்லாத வாழ்க்கையில் சிக்கித் தவிக்கவேண்டியதுதான்.

குறள் எண்: 350

குறள்:

பற்றுக பற்று அற்றான் பற்றினை. அப்பற்றைப்
பற்றுக பற்று விடற்கு

இந்தக் குறளை எப்படி மாற்றிப் படிக்கவேண்டும்:

பற்று அற்றான் பற்றினைப் பற்றுக. பற்று விடற்கு அப்பற்றைப் பற்றுக

இந்தக் குறளில் உள்ள கடினமான சொற்களும் அவற்றின் பொருளும்:

பற்றுக => பற்றிக்கொள்ளுங்கள்

பற்று அற்றான் => பற்றுகள் இல்லாதவர் / இறைவர்

பற்றினை => பற்றை

அப்பற்றை => அந்தப் பற்றை / இறைவர்மீது கொண்டுள்ள பற்றை

பற்று விடற்கு => உலகப் பற்றுகளை விடுவதற்கு

எளிய உரை:

நீங்கள் உலகப் பொருட்களின்மீது வைத்துள்ள பற்றையெல்லாம் விடவேண்டும் என்று விரும்புகிறீர்களா?

அப்படியானால், பற்றில்லாத கடவுளின்மீது பற்று வையுங்கள். (கடவுள்மீது பற்று வைத்தால் உலகப் பொருட்களின்மீது உள்ள பற்று நீங்கும்.)

அதிகாரம் 36: மெய் உணர்தல் (உண்மையை உணர்தல்)

குறள் எண்: 351

குறள்:

பொருள் அல்லவற்றைப் பொருள் என்று உணரும்
மருளான் ஆம் மாணாப் பிறப்பு

இந்தக் குறளை எப்படி மாற்றிப் படிக்கவேண்டும்:

பொருள் அல்லவற்றைப் பொருள் என்று உணரும் மருளான் மாணாப் பிறப்பு ஆம்

இந்தக் குறளில் உள்ள கடினமான சொற்களும் அவற்றின் பொருளும்:

அல்லவற்றை => இல்லாதவற்றை

மருளான் => அறியாமையால்

ஆம் => ஆகும்

மாணா => சிறப்பில்லாத

எளிய உரை:

எது உண்மைப் பொருள் என்று அறியாமல் எதையெதையோ உண்மைப் பொருள் என்று நினைத்து மயங்கினால் வாழ்க்கை சிறப்பற்றுப்போகும்.

குறள் எண்: 352

குறள்:

இருள் நீங்கி இன்பம் பயக்கும், மருள் நீங்கி
மாசு அறு காட்சியவர்க்கு

இந்தக் குறளை எப்படி மாற்றிப் படிக்கவேண்டும்:

மருள் நீங்கி மாசு அறு காட்சியவர்க்கு இருள் நீங்கி இன்பம் பயக்கும்

இந்தக் குறளில் உள்ள கடினமான சொற்களும் அவற்றின் பொருளும்:

பயக்கும்	=>	*கிடைக்கும்*
மருள்	=>	*அறியாமை*
மாசு அறு	=>	*குற்றமில்லாத*
காட்சியவர்க்கு	=>	*அறிவாளிகளுக்கு*

எளிய உரை:

எது உண்மைப் பொருள், எது உண்மைப் பொருள் இல்லை என்று மயங்காமல், குழம்பாமல் செயல்படுகிற குற்றமற்ற அறிவாளிகள் அறியாமையில் சிக்கமாட்டார்கள், பேரின்பத்தைப் பெறுவார்கள்.

குறள் எண்: 353

குறள்:

ஐயத்தின் நீங்கித் தெளிந்தார்க்கு வையத்தின்
வானம் நணியது உடைத்து

இந்தக் குறளை எப்படி மாற்றிப் படிக்கவேண்டும்:

ஐயத்தின் நீங்கித் தெளிந்தார்க்கு வையத்தின் வானம் நணியது உடைத்து

இந்தக் குறளில் உள்ள கடினமான சொற்களும் அவற்றின் பொருளும்:

ஐயத்தின்	=> *ஐயத்திலிருந்து*
தெளிந்தார்க்கு	=> *தெளிந்தவர்களுக்கு*
வையத்தின்	=> *இந்த உலகத்தைவிட*
நணியது உடைத்தது	=> *அருகில் இருப்பது*

எளிய உரை:

எது உண்மைப் பொருள், எது உண்மைப் பொருள் இல்லை என்றெல்லாம் குழம்பாமல் தெளிவாகச் செயல்படுகிறவர்களுக்கு இந்த உலகத்தைவிட வானுலகம்தான் அருகில் இருக்கும். (அவர்கள் விரைவில் பேரின்ப நிலையைப் பெறுவார்கள்.)

குறள் எண்: 354

குறள்:

ஐ உணர்வு எய்தியக்கண்ணும் பயம் இன்றே,
மெய்யுணர்வு இல்லாதவர்க்கு

இந்தக் குறளை எப்படி மாற்றிப் படிக்கவேண்டும்:

மெய்யுணர்வு இல்லாதவர்க்கு ஐ உணர்வு எய்தியக்கண்ணும் பயம் இன்றே

இந்தக் குறளில் உள்ள கடினமான சொற்களும் அவற்றின் பொருளும்:

ஐ உணர்வு => ஐம்புலன்களில் செல்கின்ற உணர்வு

எய்தியக்கண்ணும் => கட்டுப்படுத்தியபோதும்

பயம் => பயன் / நன்மை

இன்றே => இல்லை

மெய்யுணர்வு => எது உண்மைப் பொருள் என்னும் அறிவு

எளிய உரை:

உண்மைப் பொருளை அறியாதவர்கள் தங்களுடைய ஐம்புலன்களையும் கட்டுப்படுத்தி எந்தப் பயனும் இல்லை.

குறள் எண்: 355

குறள்:

எப்பொருள் எத்தன்மைத்து ஆயினும் அப்பொருள்
மெய்ப்பொருள் காண்பது அறிவு

இந்தக் குறளை எப்படி மாற்றிப் படிக்கவேண்டும்:

எப்பொருள் எத்தன்மைத்து ஆயினும் அப்பொருள் மெய்ப்பொருள் காண்பது அறிவு

இந்தக் குறளில் உள்ள கடினமான சொற்களும் அவற்றின் பொருளும்:

எப்பொருள் => எந்தப் பொருள்

எத்தன்மைத்து => எந்த இயல்பைக் கொண்டது

ஆயினும் => ஆனாலும்

அப்பொருள் => அந்தப் பொருள்

மெய்ப்பொருள் => உண்மைத்தன்மை

எளிய உரை:

பொருட்களின் வெளித்தோற்றத்தைமட்டும் பார்க்காமல், அவற்றின் உண்மைப் பொருளை ஆராய்ந்து உணர்வதுதான் அறிவு.

குறள் எண்: 356

குறள்:

கற்று ஈண்டு மெய்ப்பொருள் கண்டார் தலைப்படுவர்
மற்று ஈண்டு வாரா நெறி

இந்தக் குறளை எப்படி மாற்றிப் படிக்கவேண்டும்:

ஈண்டு கற்று மெய்ப்பொருள் கண்டார் ஈண்டு மற்று வாரா நெறி தலைப்படுவர்

இந்தக் குறளில் உள்ள கடினமான சொற்களும் அவற்றின் பொருளும்:

ஈண்டு => *இங்கு*

மெய்ப்பொருள் => *உண்மைப் பொருள்*

கண்டார் => *கண்டவர்*

தலைப்படுவர் => *அடைவார்கள் / சென்று சேர்வார்கள்*

மற்று => *மீண்டும்*

வாரா => *வராத*

நெறி => *வழி*

எளிய உரை:

உண்மைப் பொருளைப்பற்றிக் கற்றுக்கொண்டு, அதை ஆராய்ந்து, உணர்ந்தவர்கள் மீண்டும் பிறக்காத வழியை அடைவார்கள். (உண்மைப் பொருளை உணர்ந்தவர்கள் மீண்டும் பிறப்பதில்லை.)

குறள் எண்: 357

குறள்:

ஓர்த்து உள்ளம், உள்ளது உணரின் ஒருதலையாப்
பேர்த்து உள்ளவேண்டா பிறப்பு

இந்தக் குறளை எப்படி மாற்றிப் படிக்கவேண்டும்:

உள்ளம் ஓர்த்து, உள்ளது ஒருதலையா உணரின், பேர்த்துப் பிறப்பு உள்ளவேண்டா

இந்தக் குறளில் உள்ள கடினமான சொற்களும் அவற்றின் பொருளும்:

ஓர்த்து => ஆராய்ந்து

உள்ளது => இருப்பது / உண்மைப் பொருள்

உணரின் => உணர்ந்தால்

ஒருதலையா => உறுதியாக

பேர்த்து => மீண்டும்

உள்ளவேண்டா => நினைக்கவேண்டாம்

எளிய உரை:

உண்மைப் பொருளைப்பற்றிச் சிந்தித்து, அதை ஆராய்ந்து, உறுதியாக உணர்ந்தவர்கள் மீண்டும் பிறப்பதைப்பற்றி எண்ணவேண்டியதில்லை. (உண்மைப் பொருளை உணர்ந்தவர்கள் மீண்டும் பிறப்பதில்லை.)

குறள் எண்: 358

குறள்:

பிறப்பு என்னும் பேதைமை நீங்கச் சிறப்பு என்னும்
செம்பொருள் காண்பது அறிவு

இந்தக் குறளை எப்படி மாற்றிப் படிக்கவேண்டும்:

பிறப்பு என்னும் பேதைமை நீங்கச் சிறப்பு என்னும் செம்பொருள் காண்பது அறிவு

இந்தக் குறளில் உள்ள கடினமான சொற்களும் அவற்றின் பொருளும்:

பிறப்பு => *உலகில் பிறத்தல் / பிறவி எடுத்தல்*

பேதைமை => *அறியாமை*

செம்பொருள் => *சிறந்த பொருள் / உண்மைப் பொருள்*

எளிய உரை:

பிறப்பு, இறப்பு என்னும் சுழலுக்குக் காரணம், அறியாமைதான். அந்த அறியாமை நீங்கவேண்டுமென்றால், சிறந்த உண்மைப் பொருளை அறியவேண்டும். அதுதான் மெய்யறிவு.

குறள் எண்: 359

குறள்:

சார்பு உணர்ந்து, சார்பு கெட ஒழுகின், மற்று அழித்துச்
சார்தரா சார்தரு நோய்

இந்தக் குறளை எப்படி மாற்றிப் படிக்கவேண்டும்:

சார்பு உணர்ந்து, சார்பு கெட ஒழுகின், சார்தரு நோய் அழித்து மற்றுச் சார்தரா

இந்தக் குறளில் உள்ள கடினமான சொற்களும் அவற்றின் பொருளும்:

சார்பு => அனைத்துக்கும் சார்பாகிய உண்மைப் பொருள்

சார்பு => இங்கு மற்ற சார்புகளை / பற்றுகளைக் குறிக்கிறது

கெட => கெடும்படி

ஒழுகின் => நடந்துகொண்டால்

மற்று => மீண்டும்

அழித்து => கெடுத்து

சார்தரா => சேராது

சார்தரு => சேர்ந்துள்ள

நோய் => துன்பம்

எளிய உரை:

ஒருவன் அனைத்துக்கும் சார்பாகிய உண்மைப் பொருளை உணர்கிறான், மற்ற பற்றுகளையெல்லாம் நீக்குகிறான் என்றால், அவனுடைய துன்பங்கள் அவனைத் துன்புறுத்தாமல் விலகிவிடும், மீண்டும் அவனை நெருங்காது. (உண்மைப் பொருளை உணர்ந்தவனுக்குத் துன்பமில்லை.)

குறள் எண்: 360

குறள்:

காமம், வெகுளி, மயக்கம் இவை மூன்றன்
நாமம் கெடக் கெடும் நோய்

இந்தக் குறளை எப்படி மாற்றிப் படிக்கவேண்டும்:

காமம், வெகுளி, மயக்கம் இவை மூன்றன் நாமம் கெட, நோய் கெடும்

இந்தக் குறளில் உள்ள கடினமான சொற்களும் அவற்றின் பொருளும்:

காமம் => விருப்பம் / ஆசை

வெகுளி => சினம்

மயக்கம் => அறியாமை

மூன்றன் => மூன்றின்

நாமம் => பெயர்

கெட => அழிய

கெடும் => அழியும்

நோய் => துன்பம்

எளிய உரை:

ஆசை, சினம், அறியாமை ஆகிய மூன்றையும் விட்டால், துன்பங்கள் அழிந்துபோகும்.

அதிகாரம் 37: அவா அறுத்தல் [ஆசையை அறுத்தல்]

குறள் எண்: 361

குறள்:

அவா என்ப, எல்லா உயிர்க்கும் எஞ்ஞான்றும்
தவாஅப் பிறப்பு ஈனும் வித்து

இந்தக் குறளை எப்படி மாற்றிப் படிக்கவேண்டும்:

எல்லா உயிர்க்கும் எஞ்ஞான்றும் தவாஅப் பிறப்பு ஈனும் வித்து அவா என்ப

இந்தக் குறளில் உள்ள கடினமான சொற்களும் அவற்றின் பொருளும்:

அவா => ஆசை

என்ப => என்பார்கள்

எஞ்ஞான்றும் => எப்போதும்

தவாஅ => தவறாமல்

ஈனும் => வழங்கும்

வித்து => விதை

எளிய உரை:

எல்லா உயிர்களுக்கும் எப்போதும் கண்டிப்பாக வருகிற பிறப்பு, இறப்பு என்கிற துன்பச் சுழலுக்கு விதை, ஆசைதான். (ஆசையை அறுத்தவர்கள் மீண்டும் பிறப்பதில்லை.)

குறள் எண்: 362

குறள்:

வேண்டுங்கால் வேண்டும் பிறவாமை. மற்று அது
வேண்டாமை வேண்ட வரும்

இந்தக் குறளை எப்படி மாற்றிப் படிக்கவேண்டும்:

வேண்டுங்கால் பிறவாமை வேண்டும். மற்று, வேண்டாமை வேண்ட அது வரும்

இந்தக் குறளில் உள்ள கடினமான சொற்களும் அவற்றின் பொருளும்:

வேண்டுங்கால்	=>	விரும்பினால்
வேண்டும்	=>	விரும்பவேண்டும்
பிறவாமை	=>	மீண்டும் பிறக்காத நிலை
மற்று	=>	மற்றபடி
வேண்டாமை	=>	எதையும் விரும்பாத / ஆசைகளை அறுத்த நிலை
வேண்ட	=>	விரும்பினால்
வரும்	=>	கிடைக்கும்

எளிய உரை:

நாம் எதையாவது விரும்பவேண்டுமென்றால், மீண்டும் பிறக்காத நிலையைத்தான் விரும்பவேண்டும்.

ஆசைகளை அறுத்தால், மீண்டும் பிறக்காத அந்த நிலை நமக்குக் கிடைக்கும்.

குறள் எண்: 363

குறள்:

வேண்டாமை அன்ன விழுச் செல்வம் ஈண்டு இல்லை.
யாண்டும் அஃது ஒப்பது இல்

இந்தக் குறளை எப்படி மாற்றிப் படிக்கவேண்டும்:

வேண்டாமை அன்ன விழுச் செல்வம் ஈண்டு இல்லை. அஃது ஒப்பது யாண்டும் இல்

இந்தக் குறளில் உள்ள கடினமான சொற்களும் அவற்றின் பொருளும்:

வேண்டாமை	=>	எதையும் விரும்பாத / ஆசைகளை அறுத்த நிலை
அன்ன	=>	போன்ற
விழுச் செல்வம்	=>	சிறந்த செல்வம்
ஈண்டு	=>	இங்கு
யாண்டும்	=>	எங்கும்
அஃது	=>	அது / அதற்கு
ஒப்பது	=>	இணையானது
இல்	=>	இல்லை

எளிய உரை:

இந்த உலகத்தில் மிகச் சிறந்த செல்வம், ஆசைகளை அறுத்த நிலைதான். அதைப்போன்ற இன்னொரு செல்வம் இங்கு இல்லை, வேறு எங்கும் இல்லை.

குறள் எண்: 364

குறள்:

தூஉய்மை என்பது அவா இன்மை. மற்று அது
வாஅய்மை வேண்ட வரும்

இந்தக் குறளை எப்படி மாற்றிப் படிக்கவேண்டும்:

தூஉய்மை என்பது அவா இன்மை. மற்று, வாஅய்மை வேண்ட அது வரும்

இந்தக் குறளில் உள்ள கடினமான சொற்களும் அவற்றின் பொருளும்:

தூஉய்மை => தூய்மை

அவா இன்மை => ஆசைகளை அறுத்த நிலை

மற்று => பின்னர்

வாஅய்மை => உண்மை / மெய்ப் பொருள்

வேண்ட => விரும்பினால்

வரும் => கிடைக்கும்

எளிய உரை:

ஆசைகளையெல்லாம் அறுத்த நிலைதான் மிகவும் தூய்மையானது. உண்மைப் பொருளை விரும்பினால் அந்த நிலையை நாம் எட்டலாம்.

குறள் எண்: 365

குறள்:

அற்றவர் என்பார் அவா அற்றார். மற்றையார்
அற்று ஆக அற்றது இலர்

இந்தக் குறளை எப்படி மாற்றிப் படிக்கவேண்டும்:

அற்றவர் என்பார் அவா அற்றார். மற்றையார் அற்று ஆக அற்றது இலர்

இந்தக் குறளில் உள்ள கடினமான சொற்களும் அவற்றின் பொருளும்:

அற்றவர் => பற்று இல்லாதவர்கள்

என்பார் => என்பவர்கள்

அவா => ஆசை

அற்றார் => அறுத்தவர்கள்

மற்றையார் => மற்றவர்கள்

அற்று ஆக => அப்படியாக

அற்றது => நீங்கியது

இலர் => இல்லாதவர்கள்

எளிய உரை:

ஆசைகளையெல்லாம் அறுத்தவர்கள்தான் பற்றற்றவர்கள். மற்ற எல்லாரும் பற்றுள்ளவர்கள்.

குறள் எண்: 366

குறள்:

அஞ்சுவது ஓரும் அறனே, ஒருவனை
வஞ்சிப்பது ஓரும் அவா

இந்தக் குறளை எப்படி மாற்றிப் படிக்கவேண்டும்:

ஒருவனை வஞ்சிப்பது ஓரும் அவா அஞ்சுவது ஓரும் அறனே

இந்தக் குறளில் உள்ள கடினமான சொற்களும் அவற்றின் பொருளும்:

ஓரும் => அசைச்சொல் (பொருள் உணர்த்தாத சொல்)

அறனே => அறமே

வஞ்சிப்பது => ஏமாற்றுவது

அவா => ஆசை

எளிய உரை:

ஆசையானது மக்களை ஏமாற்றுகிறது. அதனால், ஆசையைக் கண்டு அஞ்சுவதுதான் உயர்ந்த அறம்.

குறள் எண்: 367

குறள்:

அவாவினை ஆற்ற அறுப்பின் தவா வினை
தான் வேண்டும் ஆற்றான் வரும்

இந்தக் குறளை எப்படி மாற்றிப் படிக்கவேண்டும்:

அவாவினை ஆற்ற அறுப்பின் தவா வினை தான் வேண்டும் ஆற்றான் வரும்

இந்தக் குறளில் உள்ள கடினமான சொற்களும் அவற்றின் பொருளும்:

அவாவினை => ஆசையை

ஆற்ற => முழுமையாக

அறுப்பின் => நீக்கினால்

தவா => கெடுக்காத

வினை => செயல்கள்

வேண்டும் ஆற்றான் => விரும்பும் வகையில்

வரும் => கிடைக்கும்

எளிய உரை:

ஆசைகளை முழுக்க நீக்கியவன் துன்பமின்றி வாழ்வான், தான் விரும்பியபடி நல்ல செயல்களைச் செய்வான்.

குறள் எண்: 368

குறள்:

அவா இல்லார்க்கு இல் ஆகும் துன்பம். அஃது உண்டேல்
தவாஅது மேன்மேல் வரும்

இந்தக் குறளை எப்படி மாற்றிப் படிக்கவேண்டும்:

அவா இல்லார்க்குத் துன்பம் இல் ஆகும். அஃது உண்டேல், (துன்பம்)
தவாஅது மேன்மேல் வரும்

இந்தக் குறளில் உள்ள கடினமான சொற்களும் அவற்றின் பொருளும்:

அவா => ஆசை

இல்லார்க்கு => இல்லாதவர்களுக்கு

இல் ஆகும் => இருக்காது

அஃது => அது

உண்டேல் => இருந்தால்

தவாஅது => விடாமல்

மேன்மேல் => மேன்மேலும்

வரும் => கிடைக்கும்

எளிய உரை:

ஆசைகளை விட்டவர்களுக்கு எந்தத் துன்பமும் வராது. ஆசைகளோடு வாழ்பவர்களுக்கு மேலும் மேலும் துன்பங்கள் உண்டாகும்.

குறள் எண்: 369

குறள்:

இன்பம் இடை அறாது ஈண்டும், அவா என்னும்
துன்பத்துள் துன்பம் கெடின்

இந்தக் குறளை எப்படி மாற்றிப் படிக்கவேண்டும்:

அவா என்னும் துன்பத்துள் துன்பம் கெடின் இன்பம் இடை அறாது ஈண்டும்

இந்தக் குறளில் உள்ள கடினமான சொற்களும் அவற்றின் பொருளும்:

இடை அறாது => இடைவிடாமல்

ஈண்டும் => கிடைக்கும்

அவா => ஆசை

துன்பத்துள் => துன்பங்களுக்குள்

கெடின் => கெட்டுப்போனால் / அழிந்துபோனால்

எளிய உரை:

துன்பங்களில் பெரிய துன்பம், ஆசைதான். அந்த ஆசையை விட்டவர்கள் இடைவிடாத இன்பத்தைப் பெறுவார்கள்.

குறள் எண்: 370

குறள்:

ஆரா இயற்கை அவா நீப்பின் அந்நிலையே
பேரா இயற்கை தரும்

இந்தக் குறளை எப்படி மாற்றிப் படிக்கவேண்டும்:

ஆரா இயற்கை அவா நீப்பின் அந்நிலையே பேரா இயற்கை தரும்

இந்தக் குறளில் உள்ள கடினமான சொற்களும் அவற்றின் பொருளும்:

ஆரா => நிரம்பாத / நிறையாத

இயற்கை => இயல்பு

அவா => ஆசை

நீப்பின் => நீக்கினால்

அந்நிலையே => அப்போதே

பேரா => மாறாத

எளிய உரை:

ஆசை வந்துவிட்டால் எப்போதும் மன நிறைவு கிடைக்காது. அந்த ஆசையை விட்டுவிட்டால், மாறாத இன்பம் கிடைக்கும்.

இயல்-4

ஊழியல்

அதிகாரம் 38: ஊழ் (விதி)

குறள் எண்: 371

குறள்:

ஆகு ஊழால் தோன்றும் அசைவு இன்மை கைப்பொருள்
போகு ஊழால் தோன்றும் மடி

இந்தக் குறளை எப்படி மாற்றிப் படிக்கவேண்டும்:

கைப்பொருள் ஆகு ஊழால் அசைவு இன்மை தோன்றும். (கைப்பொருள்) போகு ஊழால் மடி தோன்றும்

இந்தக் குறளில் உள்ள கடினமான சொற்களும் அவற்றின் பொருளும்:

ஆகு ஊழால்	=> ஆக்கத்தை உண்டாக்கும் விதியால்
தோன்றும்	=> உண்டாகும்
அசைவு இன்மை	=> சோம்பல் இல்லாத நிலை / முயற்சி
கைப்பொருள்	=> கையில் உள்ள பொருள் / செல்வம்
போகு ஊழால்	=> அழிவை உண்டாக்கும் விதியால்
மடி	=> சோம்பல்

எளிய உரை:

செல்வம் நமக்குக் கிடைக்கவேண்டும் என்று விதி இருந்தால், நமக்குள் முயற்சி பிறக்கும். செல்வம் நம்மை விட்டுப் போகவேண்டும் என்று விதி இருந்தால், நமக்குள் சோம்பல் பிறக்கும்.

குறள் எண்: 372

குறள்:

பேதைப் படுக்கும் இழவு ஊழ் அறிவு, அகற்றும்
ஆகல் ஊழ் உற்றக்கடை

இந்தக் குறளை எப்படி மாற்றிப் படிக்கவேண்டும்:

இழவு ஊழ் அறிவு பேதைப் படுக்கும். ஆகல் ஊழ் உற்றக்கடை (அறிவு) அகற்றும்

இந்தக் குறளில் உள்ள கடினமான சொற்களும் அவற்றின் பொருளும்:

பேதைப் படுக்கும்	=>	அறியாமையாக ஆக்கும்
இழவு ஊழ்	=>	இழப்பை உண்டாக்கும் விதி
அகற்றும்	=>	அகலமாக்கும் / விரிவாக்கும்
ஆகல் ஊழ்	=>	ஆக்கத்தை உண்டாக்கும் விதி
உற்றக்கடை	=>	வரும்போது

எளிய உரை:

கெட்ட நேரம் வந்தால் அறியாமை பெருகும். நல்ல நேரம் வந்தால் அறிவு பெருகும்.

குறள் எண்: 373

குறள்:

நுண்ணிய நூல் பல கற்பினும், மற்றும் தன்
உண்மை அறிவே மிகும்

இந்தக் குறளை எப்படி மாற்றிப் படிக்கவேண்டும்:

நுண்ணிய நூல் பல கற்பினும், மற்றும் தன் உண்மை அறிவே மிகும்

இந்தக் குறளில் உள்ள கடினமான சொற்களும் அவற்றின் பொருளும்:

நுண்ணிய => *நுட்பமான*

கற்பினும் => *கற்றாலும்*

மற்றும் => *பின்னும்*

மிகும் => *மேற்பட்டு நிற்கும்*

எளிய உரை:

ஒருவன் நுட்பமான பல நூல்களைப் படித்தாலும் சரி, அவனுடைய இயல்பான உண்மை அறிவுதான் மேம்பட்டுத் தெரியும்.

குறள் எண்: 374

குறள்:

இரு வேறு உலகத்து இயற்கை. திரு வேறு.
தெள்ளியர் ஆதலும் வேறு

இந்தக் குறளை எப்படி மாற்றிப் படிக்கவேண்டும்:

உலகத்து இயற்கை இரு வேறு. திரு வேறு. தெள்ளியர் ஆதலும் வேறு

இந்தக் குறளில் உள்ள கடினமான சொற்களும் அவற்றின் பொருளும்:

இரு => இரண்டு

வேறு => வகை

உலகத்து => உலகத்தில்

இயற்கை => இயல்பு / தன்மை

திரு => செல்வம்

தெள்ளியர் => தெளிவான அறிவை உடையவர்

ஆதலும் => ஆவதும்

எளிய உரை:

உலகத்தில் இருவிதமான இயல்புகள் உள்ளன: ஒன்று, செல்வம் சேர்த்தல். இன்னொன்று, தெளிவான அறிவைச் சேர்த்தல்.

குறள் எண்: 375

குறள்:

நல்லவை எல்லாஅம் தீயவாம், தீயவும்
நல்லவாம் செல்வம் செயற்கு

இந்தக் குறளை எப்படி மாற்றிப் படிக்கவேண்டும்:

செல்வம் செயற்கு நல்லவை எல்லாஅம் தீயவாம், தீயவும் நல்லவாம்

இந்தக் குறளில் உள்ள கடினமான சொற்களும் அவற்றின் பொருளும்:

எல்லாஅம் => எல்லாம்

தீயவாம் => தீயவையாம்

தீயவும் => தீயவையும்

நல்லவாம் => நல்லவையாம்

செயற்கு => செய்வதற்கு

எளிய உரை:

செல்வம் சேர்க்க முனைகிற ஒருவர் நல்லதைச் செய்தால் தீமையாக முடியலாம், கெட்டதைச் செய்தால் நன்மையாக முடியலாம். (இவையெல்லாம் விதியின்படி நடப்பவை.)

குறள் எண்: 376

குறள்:

பரியினும் ஆகாவாம் பால் அல்ல. உய்த்துச்
சொரியினும் போகா தம

இந்தக் குறளை எப்படி மாற்றிப் படிக்கவேண்டும்:

பால் அல்ல, பரியினும் ஆகாவாம். தம, உய்த்துச் சொரியினும் போகா

இந்தக் குறளில் உள்ள கடினமான சொற்களும் அவற்றின் பொருளும்:

பரியினும் => வருந்திக் காப்பாற்றினாலும்

ஆகாவாம் => ஆகாது

பால் அல்ல => நமக்கு உரிமையில்லாத பொருட்கள்

உய்த்து => கொண்டுபோய்

சொரியினும் => வீசினாலும்

போகா => போகாது

தம => நம்முடையவை / நமக்கு உரிமையான பொருட்கள்

எளிய உரை:

நமக்கு உரிமையில்லாத பொருட்களை நாம் எவ்வளவுதான் சிரமப்பட்டுக் காப்பாற்றினாலும் அவை நம்மிடம் நிற்காது. அதேபோல், நமக்கு உரிமையான பொருட்களை நாமே கொண்டுபோய் வெளியில் வீசினாலும் அவை நம்மை விட்டுப் போகாது.

குறள் எண்: 377

குறள்:

வகுத்தான் வகுத்த வகை அல்லால் கோடி
தொகுத்தார்க்கும் துய்த்தல் அரிது

இந்தக் குறளை எப்படி மாற்றிப் படிக்கவேண்டும்:

வகுத்தான் வகுத்த வகை அல்லால் கோடி தொகுத்தார்க்கும் துய்த்தல் அரிது

இந்தக் குறளில் உள்ள கடினமான சொற்களும் அவற்றின் பொருளும்:

வகுத்தான் => விதியை வகுத்தவர் (நம்பிக்கை உள்ளவர்கள் இதற்குக் 'கடவுள்' என்று பொருள் கொள்ளலாம்)

வகுத்த வகை => வகுத்துள்ள வகை / தன்மை (விதி)

அல்லால் => இல்லாமல்

தொகுத்தார்க்கும் => திரட்டியவர்களுக்கும்

துய்த்தல் => நுகர்தல் / அனுபவித்தல்

அரிது => கடினமானது

எளிய உரை:

ஒருவர் கோடிக்கணக்கில் சம்பாதித்தாலும் சரி, அவருடைய விதி நன்றாக அமைந்தால்தான் அவரால் அந்தச் செல்வத்தைப் பயன்படுத்திக்கொள்ள இயலும். (விதி நன்றாக அமைந்தால்தான் கைக்கு எட்டியது வாய்க்கு எட்டும்.)

குறள் எண்: 378

குறள்:

துறப்பார் மன் துப்புரவு இல்லார், உறல் பால
ஊட்டா கழியும் எனின்

இந்தக் குறளை எப்படி மாற்றிப் படிக்கவேண்டும்:

உறல் பால ஊட்டா கழியும் எனின் துப்புரவு இல்லார் துறப்பார் மன்

இந்தக் குறளில் உள்ள கடினமான சொற்களும் அவற்றின் பொருளும்:

துறப்பார் மன் => துறவியாகிவிடுவார்களே

துப்புரவு => பயன்படுத்தப்படும் பொருட்கள்

இல்லார் => இல்லாதவர்கள் / ஏழைகள்

உறல் பால => அடையவேண்டியவை / அடையவேண்டிய துன்பங்கள்

ஊட்டா => வருத்தப்படுத்தாமல்

கழியும் => நீங்கும்

எனின் => என்றால்

எளிய உரை:

ஒருவர் துறவியாக மாறினால் விதிப்படி அவருக்கு வரவேண்டிய துன்பங்களெல்லாம் விலகிப்போய்விடும் என்றால், ஏழைகள் எல்லாரும் துறவிகளாகிவிடுவார்களே! (அனைத்தையும் துறந்தால்கூட, விதியின் விளைவுகளைத் துறக்கமுடியாது.)

குறள் எண்: 379

குறள்:

நன்று ஆம்கால் நல்லவாக் காண்பவர் அன்று ஆம்கால்
அல்லல் படுவது எவன்

இந்தக் குறளை எப்படி மாற்றிப் படிக்கவேண்டும்:

நன்று ஆம்கால் நல்லவாக் காண்பவர் அன்று ஆம்கால் அல்லல் படுவது எவன்

இந்தக் குறளில் உள்ள கடினமான சொற்களும் அவற்றின் பொருளும்:

நன்று => நல்லவை

ஆம்கால் => நடக்கும்போது

நல்லவா => நல்லபடியாக

காண்பவர் => அனுபவிக்கிறவர்கள்

அன்று => தீயவை

அல்லல் படுவது => துன்பப்படுவது

எவன் => ஏன்

எளிய உரை:

நல்லது நடக்கும்போது அதை மகிழ்ச்சியுடன் அனுபவிக்கிறோம். கெட்டது நடக்கும்போது ஏன் வருந்தித் துன்பப்படுகிறோம்? (நல்லவை, தீயவை இரண்டையும் இயல்பாகக் கருதி ஏற்றுக்கொள்ளவேண்டும்.)

குறள் எண்: 380

குறள்:

ஊழின் பெரு வலி யா உள, மற்று ஒன்று
சூழினும் தான் முந்துறும்

இந்தக் குறளை எப்படி மாற்றிப் படிக்கவேண்டும்:

மற்று ஒன்று சூழினும் தான் முந்துறும் ஊழின் பெரு வலி யா உள

இந்தக் குறளில் உள்ள கடினமான சொற்களும் அவற்றின் பொருளும்:

ஊழின் => விதியைவிட

பெரு வலி => பெரிய வலிமை கொண்டவை

யா => எவை

உள => உள்ளன

மற்று => வேறு

சூழினும் => சிந்தித்துச் செயல்பட்டாலும்

முந்துறும் => முந்தி நிற்கும்

எளிய உரை:

சிலர் விதியை மாற்ற நினைக்கிறார்கள், பல்வேறு வழிகளைச் சிந்தித்துச் செயல்பட்டு விதியை வெல்ல முனைகிறார்கள். ஆனால், இத்தனைக்குப்பிறகும் விதிப்படிதான் எல்லாம் நடக்கிறது. அதனால், இந்த விதியைவிட வலிமை கொண்டது வேறு எது? (எதுவுமில்லை.)

தெளிவான எழுத்தும் ஆழமான ஆய்வும் நிறைந்த நூல்களுக்காகத் தமிழ் வாசகர்களிடையில் நன்கு அறியப்பட்டுள்ள என். சொக்கன் - புனைவு, வாழ்க்கை வரலாறு, நிறுவன வரலாறு, தன்னம்பிக்கை, சிறுவர் இலக்கியம் உள்ளிட்ட துறைகளில் இதுவரை எழுபதுக்கும் மேற்பட்ட நூல்கள், நூற்றுக்கணக்கான கதைகள், கட்டுரைகளை எழுதியுள்ளார். விரிவான ஆய்வுகள், சான்றுகளின் அடிப்படையிலான ஆழமான வரலாற்று நூல்களைத் தமிழில் எழுத இயலும், அவற்றைப் பெரும்பான்மை வாசகர்களுக்குக் கொண்டுசேர்க்கவும் இயலும் என்பதைப் பலமுறை நிரூபித்த எழுத்து வகை இவருடையது.

தமிழ், ஆங்கிலம் ஆகிய இரு மொழிகளிலும் எழுதும் சொக்கனுடைய நூல்கள் ஹிந்தி, கன்னடம், மலையாளம் உள்ளிட்ட பல மொழிகளில் மொழிபெயர்ப்பாகியுள்ளன.

www.ingramcontent.com/pod-product-compliance
Lightning Source LLC
LaVergne TN
LVHW100425051026
849518LV00004B/1385
* 9 7 8 9 3 4 8 4 3 9 2 8 4 *